சந்திரோதயம்

அறிஞர் அண்ணா துரைராஜாவாக-மாயேந்திரனாக நடிக்கும் நாடகம்

கா. ந. அண்ணாதுரை

Title: Chandrodayam

Author: C. N. Annadurai

Language: Tamil

First Published on: 1955

Year of Publication: 2024

Book Format: Paperback

*Page Size: 6inch * 9inch*

Category: Fiction

Subject: Drama

No. of pages: 96

ISBN: 978-81-988159-8-9

Published by: Nilan Publishers, Madurai, Tamilnadu, India

பொருளடக்கம்

குறிப்புகளுக்காக

அய்யாவின் புகழ்மாலை!

"இதை நாம் சுமார் 10, 15 வருஷ காலமாகவே சிந்தித்துச் சிந்தித்து ஒன்றும் கைகூடாமல் இப்போது தோழர் அண்ணாதுரை அவர்கள் துணிவோடு கிளம்பி முகத்திற்குச் சாயம் பூசிக் கொண்டு மேடையேறிப் பாவலாப் போடவும் அதை ஒரு சமயத்தில் 5000 மக்கள் பார்த்துக் களிக்கும்படியான நிலை ஏற்பட்டிருக்கிறதையும் பார்த்து நாம் பெருமை அடையாமல் இருக்கமுடியவில்லை."

"நாடகம் பார்த்த மக்களுக்கு வெகு உணர்ச்சியாகவும் அறிவுக்கு நல் விருந்தாகவும் மானத்திற்கு உயர்தர வழி காட்டியாகவும் தொடக்கம் முதல் முடிவு வரை விளங்கியது என்பது சிறிதும் மிகைப்பட கூறியதாக ஆகாது."

"சமய சஞ்சீவிகளுடன் அரசியல் சேற்றில் புரண்டு அல்லல் படாமல் இம்மாதிரி தொண்டு உண்மையும் பயனளிக்கக் கூடியதுமாகும் என்று தெரிவித்துக் கொண்டு அண்ணாதுரையையும் காஞ்சி திராவிட நடிகர் கழகத்தாரையும் மனமார வாயாரப் பாராட்டி ஆசி கூறுகிறோம்."

நாடகத்திற்கு பெரியார் தலைமை தாங்கி பாராட்டினார். 27.11.43 குடியரசில் தலையங்கமாக எழுதியது.

கொடிகள்:

சிங்காரவேலர் ... வைதீகபுரி இளவரசன்

வாஞ்சிநாத சாஸ்திரி ... ஆரியத்தின் உருவம் நஞ்சுள்ளம் கொண்ட வேதியன்

துரைராஜ் & மாயேந்திரன் ... புத்துலகக் கழக காவலன், மக்களின் மனதில் அழியாப் புகழ் பெற்ற சீர்திருத்த ஜமீந்தார்.

சாம்பசிவம் ... சீர்திருத்தத்தின் சிகரம், புத்துலக கழகத்தின் முன்னோடும் பிள்ளை.

கோதண்டம், தங்கவேல் ... புத்துலகக் கழக அங்கத்தினர்கள்

வரதன் ... ஆரியக்குணம் அகலப்பெறாதவன் வாஞ்சிநாதரின் மருமகன்

மற்றும் மடாதிபதி, வேலையாள் வீரன் — சிஷ்யர்கள்

கந்தபூபதி, முருகதாசர், பலர்

பூக்கள்:

சந்திரா ... சிங்காரவேலர் மகள் சாம்பசிவத்தின் காதலி

வேதம்மாள் ... சாம்பசிவத்தின் தாய்

லலிதா ... வாஞ்சிநாதரின் மனைவி - வரதனின் காதலி

மற்றும் சந்திராவின் தோழி—லலிதாவின் தோழி பலர்.

கூறுகிறார்கள்:

சிங்காரவேலர்: நான் வயோதிகனானாலும் வைதீக புரியிலே ஒரு சிற்றரசன். அதை பயன்படுத்திக்கொண்டான் வாஞ்சிநாத சாஸ்திரி. என் கண்மனி சந்திராவை ஒரு வயோதிக ஜமீன்தாரருக்கு திருமணம் நடத்திவைத்து அதன் மூலம் தனது பிழைப்புக்கு அஸ்திவாரம் தேட ஆரம்பித்தான். நான் மறுத்தேன். பார்ப்பனியம் படமெடுத்தாடியது. நான் பஞ்சையாக்கப்பட்டேன். வாஞ்சிநாத சாஸ்திரி வெற்றிபெற்றான். சூது சூழ்ச்சியால் பணக்காரனானான். என்மகள் நல்லூர் ஜமீன்தாரணியாக்கப்பட்டு மறுமாதமே விதவையாக்கப்பட்டாள். இந்த நிலையிலும் வைதீகபுரியில் இளவரசன் பட்டத்தை இழக்கவில்லை நான்! மாயேந்திரன்! ஆம்! ஊர் மக்களால் மாயேந்திரன் வள்ளல்—மக்கள் நலம் நாடுபவர் என்றெல்லாம் போற்றப்பட்டார். அவர் என்னால் திருட்டுக்குற்றம் சாட்டப்பட்டு ஊரை விட்டோடிய துரைராஜ் என்பது எனக்குத் தெரியாது. மாயேந்திரன் அழைத்தார் என்றவுடன் காணச்சென்றேன். நான் சென்ற சிறிது நேரத்தில் வாஞ்சிநாதன் வருவது தெரிந்து நான் மறைவிலிருந்தேன். மாயேந்திரன் வாஞ்சிநாத சாஸ்திரியோடு உரையாடினார்—அதன் முடிவும் சாஸ்திரியை நானே கொலை செய்தேன். அந்த கொலையிலிருந்து என்னை தப்புவித்தார் மாயேந்திரன். என் மகளுக்கும் அவள் காதலன் சாம்பசிவத்திற்கும் திருமணம் முடித்துவைத்தார் ஆனால், மாயேந்திரன்?

சாம்பசிவம்: துரைராஜ் ஆரம்பித்த புத்துலக கழகத்தில் நான்—கோதண்டம் — தங்கவேல் — பார்ப்பண வரதன் இப்படி பலர் பணியாற்றினோம். என் தந்தைக்கு திதி கொடுக்க வற்புறுத்தினான் சாஸ்திரி! மறுத்தேன். மிரட்டினான் – கைகலப்பு! நான் ஒருவாரம் சிறைக்கனுப்பப்பட்டேன். நண்பன், துரைராஜ் மீது அபாண்டப் பழி சுமத்தினதால் ஊரை விட்டு மறைந்ததாக கேள்விப்பட்டு கலக்கமுற்றேன்

சந்திராவின் காதல் என் மனக்கவலையைப் போக்கும் மருந்தாக பயன்பட்டது. ஏற்றத்தாழ்வு சந்திராவை ஜமீன்தாரினியாக்கி ஒரே மாதத்தில் விதவையாக்கி மகிழ்ந்தது. மாயேந்திரன் என்பவர் என் மாமாவின்— அதாவது சந்திராவின் தந்தையிடம் குடிக்கொண்டிருந்த வைதீக வெறியின் விஷத்தை அழித்து விட்டு எனக்கு திருமணம் முடித்து வைத்தார். மாயேந்திரன் தான் துரைராஜ் என்று முடிவில் தெரிந்தது. தெரிந்து என்ன பயன்? துரைராஜ்—?

சந்திரா: அன்றொரு நாள் சந்திரோதயத்தின்போது என் வீட்டுத் தோட்டத்திலே ஆடிப்பாடிக் கொண்டிருந்தேன். சாம்பசிவம் — ஆம், அவர் வந்து என் அழகை அப்படி(!) வர்ணித்தார். காதல் வளர்ந்தது. இடையிலே என் தந்தையின் பயங்கர நடவடிக்கைகளால் நான் ஒரு கிழ ஜமீன்தாரருக்கு மனைவியாக்கப்பட்டேன். மறு மாதம் விதவையானேன். மீண்டும் சாம்பசிவத்தை சந்தித்து புத்துலகம் அமைக்க துடித்தோம். மாயேந்திரன் எங்கள் வாழ்க்கையை இணைத்து வைத்தார்— ஆனால் அந்த கர்மவீரன்—?

வாஞ்சிநாத சாஸ்திரி: வயதான நேக்கு இளங்குட்டி லலிதா கிட்டினாள். அவளும், என் மருமான் வரதனும் லவ் பண்ணின்டிருந்ததை கண்ட நான் அன்றே தூக்கு மாட்டிண்டு செத்திருப்பேன். என்ன செய்வது? எங்களுக்கு மானமா பெரிது. பணம்ணா பிரதானம்! சிங்கார வேல் முதலி ஆம்பட்டான். அவனை பம்பரமா ஆட்டி வெச்சு, அவன் சொத்து பூறாவும் ஹம்பக் பண்ணினேன். இப்போ நான் பணக்காரன். மாயேந்திர ஜெமீன்தார் கூட்டிவரச் சொன்னார் உடனே போய்ப் பார்க்கப் போனேன். அவர் சிங்காரவேல் முதலியாரைப் பற்றி ஏதேதோ கேட்டார். நான் உண்மைகளையும்—பொய்களையும் கலந்து சொல்லிண்டிருந்தேன். சிங்காரவேல் முதலி அங்கே ஒழிஞ்சிண்டிருந்திருப்பான் போல—நேக்கென்ன தெரியும்? திடீர்னு ஓடிவந்து என் கழுத்தை நெறிச்சு——

துரைராஜ்: இந்த நாட்டு மக்கள் மக்களாகவே வாழ வேண்டுமென்று விரும்பினேன். புத்துலகக் கழகம் அமைத்தேன். சாம்பசிவம் போன்ற நண்பர்களை உதவிக்கு வைத்துக் கொண்டேன். பணியாற்றப் புறப்படும் பாதையில் வைதீகப் புயல் வீசத் தொடங்கிற்று. பார்ப்பனீயம் என்ற பாம்பு படமெடுத்தபடி பயமுறுத்தியது. திருடனாக்கப்பட்டேன். ஊரை விட்டு ஓடினேன். வழியில் இரண்டு காவிகட்டிகள் தன் குருநாதரான அழகூர் மடாதிபதியை ஒழித்து தங்களை அந்த ஸ்தானத்திற்கு வைத்தால் எல்லா உதவிகளையும் செய்வதாக கூறினார்கள். அதன் மூலம் "நான் ஒருநாள் மடாதிபதியாகி" அழகூர் மடாலய சொத்துக்கு அதிபதியானேன். மறுநாள் என் வேஷங்களை கலைத்து விட்டு சிறிது சொத்துடன் மாயேந்திரனாக மாறி அந்த ஊரைவிட்டு என் சொந்தஊர் திரும்பினேன். விட்டுப்போயிருந்த என் பணிகளை பணத்தின் துணைகொண்டு மிகு எளிதில் முடித்தேன். என் வேலை முடிந்தது. நாடு திருந்தியது. நான் வருகிறேன்.

கோதண்டம்: — தங்கவேல், நாங்கள் என்னகூறப்போகிறோம். உங்களது நேரத்தை வீணாக்க விரும்பவில்லை. உங்கள் கவனம் அடுத்தடுத்து பக்கங்களைப் புரட்டிப் படிப்பதில் செல்லட்டும், வணக்கம்!

சந்திரோதயம்-நாடகம்

[சாம்பசிவத்தின் தாய் வேதம்மாள் சிங்காரவேலர் வீட்டிற்குள் வந்து வேலைக்கார வீரனிடம்]

வேத: எசமான் எங்கப்பா?

வீரன்: வாங்கம்மா! *(செறுமல் சத்தம் கேட்கிறது)* யானை வரும் பின்னே—மணி ஓசை வரும் முன்னேன்ன மாதிரி வந்துக்கிட்டிருக்காரம்மா, உட்காருங்கம்மா, காலம் மாறிப் போச்சு !

சிங்: காலம் ஒன்னும் மாறலடா. அது சுத்திக்கிட்டுத்தான் இருக்கு. மனுஷன்தான் மாறிப்போறன், ஓ வேதம்மாவா? வா வா-எங்கே வந்தே? டேய் வீரா! பூஜை ரூம்ல பழம் இருக்கு - எடுத்தாந்து வேதம்மாவுக்குக் கொடு.

வீர: சரிங்க *(போகிறான்)*

வேத: இப்ப எனக்கு எதுக்குங்க பழம்?

சிங்: சும்மா வாங்கிக்க வேதம்மா பகவத் பிரசாரமாச்சே!

வீர: அங்கே பழம் இல்லிங்களே.

சிங்: போடா முட்டாள், அங்கே வச்சிருந்த பழம் எங்கடா போச்சு? *(மடியை தடவியபடியே)* ஓ! மடியிலே இருக்கா? இந்தா! *(வேதம்மாள் வாங்கிக்கொள்கிறாள்)* வந்த விசேஷம் என்ன? பணம் எதுவும் கடன் வேணுமா? கேளு! ஒரு மூட்டை

பண மிருக்கு. நீயோ உறவுமுறை பணம் துட்டு இல்லையினா தாராளமா கேளு.

வேத: கடவுள் புண்ணியத்தால் பணம் இருக்குதுங்க! சாம்பசிவம் பிள்ளையாண்டானுக்கு கல்யாணம் செய்யணும். அதுக்கு ஒரு நல்ல இடமா பாத்து நீங்கதான் ஏற்பாடு பண்ணனும், நாங்கல்லாம் வாழ்ந்து கெட்டவக.

சிங்: என்ன வேதம்மா இப்படிப் பேசுற! நான் ஒருத்தன் எதுக்கு இருக்கேன்.

வீர: மொட்டை அடிக்க!

சிங்: என்னடாது?

வீர: முனியாண்டி கோயிலில் போய் பிள்ளைக்கு மொட்டையடிக்க போறானாம் எசமான்.

சிங்: அது சரி வேதம்மா. கலியாணத்துக்கு பணம் ரொம்ப வேணுமே. எவ்வளவு வச்சிருக்கே?

வேத: ரெண்டாயிரம் ரூபாய்க்கு அந்த நஞ்சையை வித்துட்டேனுங்க.

சிங்: அது ரெண்டாயிரம் தானா தேறும்? மூவாயிரம் தேறுமே.

வேத: அவரு மூவாயிரத்தி ஐநூறுக்கு வாங்கினாறு. என்னங்க செய்கிறது. ஜோசியரு சொன்னது சரியா போச்சு.

சிங்: ஆ! என்ன சொன்னாரு?

வேத: அந்த நிலம் வச்சிருக்கிறவக விளங்கமாட்டாகன்னு சொன்னாரு, சரியாதானுங்களே போச்சு! அதை வாங்கின மூனாவது மாதமே போயிட்டாருங்களே கப்பல் கடல்ல கவிழ்ந்த மாதிரி. (கண்ணீரை துடைக்கிறாள்)

சிங்: அடடே! நல்ல விஷயத்தைப்பற்றி பேசிக்கிட்டிருக்கும் போது அதையெல்லாம் பேசாதே வேதம்மா.

வேத: பணத்தை உங்ககிட்ட கொடுத்து வைக்கத்தானுங்க வந்தேன். பணத்தை நீங்களே வச்சிருங்க. வீட்டில் இருந்தா அஞ்சும் பத்துமா எடுத்து பையன் செலவழிச்சிடுவான்.

சிங்: அதை எப்படி வச்சிருக்கிறது வேதம்மா, பேங்கில போட்டு வச்சாலாவது வட்டி கிடைக்கும். எனக்குத் தெரிஞ்ச பேங் ஒண்ணு இருக்கு சீட்டுத் தர்ரேன். அதுல போட்டு வை.

வேத: பேங்கில போட்டு வச்சா நினைச்ச நேரத்துக்கு பணம் வாங்க முடியாதுங்க. அதுலபோட ஒரு மனுவாம். எடுக்க ஒரு மனுவாம். இதெல்லாம் யாராலே முடியும்? இப்ப உங்ககிட்ட நான் என்ன வட்டியா கேட்கிறேன்?

சிங்: அதுக்கில்ல வேதம்மா! இப்படியெல்லாம் நான் உதவி செய்தாலும் ஊருல இருக்கிறவக என்ன பேசுறாக தெரியுமா? சிங்கார முதலி ஊருப் பணத்தை மூட்டையடிச்சு வாழ்றான்னு பேசுறாக, எனக்கோ சிவன் கோவில் வேலையே சரியா இருக்கு. அதுக்கு ஐயாயிரம் ரூபா செலவு செய்து கும்பாபிஷேகம் செய்யப்போறேன். இப்ப செலவழிச்சா பகவான் பத்து நூறா பின்னாடி தருவாரு! இந்தக் கை வாங்கிப் பழக்கப்படல வேதம்மா. கொடுத்துப் பழக்கப்பட்ட கை!

வேத: கும்பாபிஷேகத்துக்கு நான் இரு நூறு ரூபா தர்ரேணுங்க.

சிங்: நீ நிலம் வச்சு வாங்கியிருக்கிற பணம். வேண்டாம் வேதம்மா!

வேத: பாவிபரப்பா பணந்தான் சாமிக்கு ஆகாது. என் பணம் ஏன் ஆகாதுங்க!

சிங்: ஊம் சரி! ஏ கணக்கப்பிள்ளை!

கணக்: (வந்து) எசமான்?

சிங்: எழுது! சிவன்கோவில் கணக்கில கும்பாபிஷேகத்துக்காக வேதம்மா வரவு முந்நூறு.

வேத: இருநூறுதானுங்களே சொன்னேன்.

சிங்: ஓ! இருநூறு தான் சொன்னியோ, இருநூறு ரூபா எழுதிக்க, பாக்கி ஆயிரத்தி எண்ணூற வேதம்மா பேருல வரவு வச்சிக்க.

கணக்: சரிங்க.

(வேதம்மாள் கொடுக்கும் பணத்தை சிங்காரவேலர் வாங்கிக்கொள்கிறார்)

சிங்: இந்தாயா கணக்கப்பிள்ளை! இவக நம்மவக. அஞ்சு பத்து கேட்டா நான் இல்லாட்டாலும் கொடு. நான் வரட்டும்னு சொல்லி அலையவிடாதே.

கணக்: *சரிங்க*

சிங்: *ஆமா வேதம்மா! உன் பையன் சாம்பசிவம் என்ன செய்கிறான்? என்னமோ கழகம்னு வச்சிக்கிட்டு தெருவ சுத்திக்கிட்டிருக்கிற துரைராஜ் பயலோட சேர்ந்து இவனும் சுத்திக்கிட்டிருக்கான் சொல்லிவை.*

வேத: *சரிங்க.*

—★—

[புத்துலக கழகத்தில் சாம்பசிவம், வரதன், கோதண்டம், தங்கவேலு முதலியோர் இருக்கின்றனர்]

சாம்: *என்னப்பா கோதண்டம், ரேடியோவில் ஏதாவது விசேஷம் இருக்கா? போட்டுப் பாரேன்.*

('தாய்நாடு தேர போராடும் வீரரே' என்று ரேடியோ ஒலிக்கிறது) (முடிந்தபின்)

கோத: *நம்ம ரேடியோவில எங்கப்பா நல்ல பாட்டு கேட்க முடியுது. சிலோன் ரேடியோவுலதான் கேட்கணும்.*

சாம்: *வேற என்ன நிகழ்ச்சி இருக்கு?*

கோத: *திராவிட முன்னேற்றக் கழகப் பொதுச் செயலாளர் இரா. நெடுஞ்செழியன் பேசுகிறார்.*

தங்க: *அடடே வையப்பா கேட்போம்.*

நெடுஞ்செழியன் பேச்சு:- ஆசை அச்சம்! இரண்டு சொற்களும் ஏமாற்றுக்காரர்கள் பயன்படுத்தும் சொல். ஆசைக்கு அடிமைப்பட்டவர்களுக்கு மோட்சத்தைப் பற்றிக் கூறுகிறார்கள். அச்சத்திற்கு அடிமைப்பட்டவர்களிடம் நரகத்தைப் பற்றிக் கூறி மேலும் பயமுறுத்துகிறார்கள். ஆசைக்குக் காரணமான மோட்சத்திலே வற்றாது பால் கரக்கும் காமதேனு உண்டு. நினைத்ததெல்லாம் கொடுக்கும் கற்பக விருட்சமுண்டு, ரம்பை, ஊர்வசி, திலோத்தமை, மேனகா போன்ற நடன மாதர்களின் சுகமுண்டு. இப்படியெல்லாம் கூறி அவர்களின் ஆசையை அதிகப்படுத்துகிறார்கள். அச்சத்திற்குறியவர்களிடம் நரகத்திலே கொட்டும் தேளுண்டு. கடிக்கும் பாம்புகளுண்டு. எரியும் நெருப்பிலே தள்ளுவார்கள் என்றெல்லாம் கூறி மேலும் அச்சத்தை உண்டு பண்ணுகிறார்கள், அவர்களிடம், இறந்தவர்களின் ஆவி நரகலோகத்திற்குச்சென்றால் கஷ்டமடையுமென்றும், மோட்சலோகத்திற்குச் சென்றால் நல்லதென்றும் ஏமாற்றுக்காரப் புரோகிதர்கள் கூறுகிறார்கள். இறந்தவர்களின் ஆவி மோட்சலோகம் செல்வதற்குத் தாங்கள் உதவி புரிவதாக கூறி திதி என்ற பெயரிலே இருப்பவர்களிடம் அரிசி, பருப்பு, காய்கறி வேஷ்டி முதலியவைகளே வாங்கிச் சென்று தாங்களே பயன்படுத்திக் கொள்ளுகிறார்கள். இதனை மக்களுக்கு விளக்கிக் கூறி திராவிட முன்னேற்றக் கழகம் பகுத்தறிவை தமிழகம் முழுதும் பரப்பி வருகிறது. அடுத்து சில ஆண்டுகளில் இவைகளுக்கு ஒரு முடிவு ஏற்பட்டுவிடுமென்று திட்டவட்டமாகக் கூற முடியும். *(முடிகிறது)*

தங்க: அருமையான சொற்பொழிவு.

சாம்: நம் கழகத்தின் மூலமாகவும் திதி கொடுப்பதைத் தடுக்க வேண்டும். நாளை என் தகப்பனாருக்கு திதி கொடுக்க வேண்டுமாம், புரோகிதனின் காலைக் கழுவி, அந்தத் தண்ணீரைக் குடிக்கவேண்டும் நாள்.

தங்க: *சேச்சே! மகா கேவலமப்பா சொல்லாதே.*

சாம்: *இதற்கு ஒரு வழி செய்ய வேண்டும்.*

தங்க: *புரோகிதர் சாமான்களைக் கொண்டு போகும்போது பறித்துக்கொள்ள வேண்டும்.*

கோத: *தங்கவேலு மூளையே மூளை. இந்தக் குரங்கு வேலை நமக்கு வேண்டாம்.*

தங்க: *இல்லேன்னா ரெண்டு கை வைப்போமே.*

வரதன்: *பலாத்காரத்தால் ஒருவரை அடிப்பதாக தங்கவேலு கூறுவதை நான் ஆட்சேபிக்கிறேன். இம்மாதிரியான செயல்கள் கழகத்தின் கொள்கையில் ஒன்றாக இருக்குமானால் இப்போதே நான் கழகத்தின் மெம்பர் சிப்பை ராஜினாமா செய்கிறேன். (போகிறான்).*

சாம்: *என்ன அது? கழகத்தின் கொள்கை இதுவென்று யார் கூறியது? நமக்குள் தானே தனிப்பட பேசிக் கொண்டிருந்தோம்.*

தங்க: *ஒழிந்தது பீடை!*

கோத: *நாளை உன் தகப்பனார் திதிக்கு அவன் மாமனார்தான் வரப்போகிறார் புரோகிதராக.*

தங்க: *தெரிந்து விட்டது பிரம்மஹத்திக்கு! வாருங்கள் போகலாம்.*

[லலிதா பானுவிடம் நடனம் கற்றுக்கொள்கிறாள்.வரதன் வந்து நின்று கவனிக்கிறான்.]

லலி: என்னடி பானு பாடுகிறேன். ஆடிக்காட்டு.

"என்னடியே சகி இன்னமும் வரக்காணேன்". *(என்று பாட பானு ஆடிக்காட்டி பாதியுடன் நிறுத்துகிறாள்)*

லலி: பானு? இன்னைக்கு இதுவரை போதும். பாக்கியை நாளைக்கு வந்து சொல்லித் தரணும்.

பானு: சரி. *(போனபின் பின்னால் வந்து நின்று கவனித்த வரதன்)*

வீர: லலிதா மாமி! நான்வந்து அரைமணி நேரமாகுது.

லலி: நான் யாரும் வரலேன்னு நெனைச்சேன்!

(முகத்தை சுளிக்கிறாள்)
வீர: என்ன மாமி! மனக்கஷ்டம்? சௌக்கியந்தானே?

லலி: சௌக்கியமா இருக்கேன். எனக்கென்ன?

வீர: பின்ன மாமாவுக்கு ஏதாவது......?

லலி: அவருக்கென்ன? வளவளப்பான மேனி! மன்மத லட்சணம்!

வீர: அதுதான் இவ்வளவு சொகுசா இருக்கிற!

லலி: சுந்தரமான உருவம்! ஆனா சுவாரஸ்யந்தான் இல்ல

வீர: அடிப்பாவி அடிமடியிலே கை வச்சுட்டியே!

லலி: வரதா! நல்லா நெனச்சுப்பார்—உனக்கும் எனக்கும் ஒரே வயசு! வாலிபப் பருவம்! அவருக்கோ அடுத்த மாசம் அறுபதாவது வயது சஷ்டியப்த பூர்த்தி! நீ மட்டும் சரியினு சொல்லு. ரெண்டுபேரும் எப்பவும் இன்பகரமா இருக்கலாம்.

வீர: (தழுவியபடி) ஆஹா! நேக்கு இப்போ என்ன சொல்றதுனே புரியல! லலிதா!

[வாஞ்சிநாத சாஸ்திரி அந்நேரம் வந்து பார்த்து ஆத்திரத்துடன்]

வாஞ்: ஆ! அடிப்பாவி ஏண்டா டேய்! நீ எனக்கு மருமகனா! அட அயோக்கியப் பயலே; அடி சண்டாளி; இது ஆண்டவனுக்கு அடுக்குமாடி! நீ நாசமாப் போக! இன்னுமா நிக்குற? போடா வெளியே! போச்சு! என் மானமே போச்சு! இந்த அநியாயத்தைக் கேட்க இங்க யாருமே இல்லையா? ஐயா ஓடியாங்களேன்.

(அப்போது வீரன் வீட்டிற்குள் வருகிறான்)

வீர: என்ன அய்யரே! என்ன சமாச்சாரம்?

வாஞ்: என்னடி? சொல்லட்டுமா? ஊம்? டேய் நீ போடா வெளியே - போடா! (வரதனை வெளியே போகச்சொல்கிறார்)

வீர: *என்ன அய்யரே! உதவிக்கு ஓடியாரச் சொல்லி சத்தம் போட்டே! இப்ப சொல்லட்டுமாங்கிற! வெளியே போடாங்கிற! என்ன சமாச்சாரம்? என்ன நடந்தது!*

லலி: *ஐயா, இங்க ஒன்னும் நடக்கல! அவரு சும்மா சத்தம் போட்டாரு. நீங்க போயிட்டு வாங்க.*

வீரன்: *அப்படியா அய்யரே?*

லலி: *ஆமாங்க நீங்க போங்க?*

வாஞ்: *ஆமப்பா அடியே நீ சும்மா போடி! (கையை ஓங்குகிறார்)*

வீரன்: *என்ன? என்ன அய்யரே?*

லலி: *இவருக்கு இப்படித்தாங்க இருந்து இருந்தாப்போல வலுப்பு வரும்.*

வீரன்: *அப்ப— நீங்க போங்கம்மா. நான் கவனிச்சுக்கிடுறேன். கரண்டிக் காம்ப காயவச்சு ரெண்டு இழு இழுத்துவிட்டுறேன். அப்புறம் இந்த மாதிரி வலுப்பு வரவே வராது.*

லலி: *வேண்டாங்க! நானே இழுக்கிறேன். நீங்க போயிட்டு வாங்க!*

வீரன்: *(லலிதாவை நோக்கியபடி) அப்போ... நான் போயிட்டு அப்புறமா வரவா? சரி... வர்ரேன். (போகிறான்)*

லலி: *(வாஞ்சிநாதரிடம்)* ஏன் இப்படி என் மானத்தை வாங்குறேள்? இப்பவே என் பெறந்த ஆத்துக்குப் போய்த் தொலையறேன். *(வேகமாகப் போகிறாள்)*

வாஞ்: அடியே வேண்டாண்டி! வேண்டாண்டி!

(அய்யர் பின்னாலே ஓடுகிறார். வரதன் சிலையாக நிற்கிறான்.)

—★—

(கோதண்டம், தங்கவேல் இருவரையும் வாஞ்சிநாத சாஸ்திரி சந்திக்கிறார்)

கோ: அய்யரே! ஒரு டிக்கட் கொடுங்க,

வாஞ்: டிக்கட்டா? என்ன?

தங்க: மோட்சத்துக்கு ஒரு டிக்கட்.

வாஞ்: விநாசகாலே சர்வ நாசம்னு மந்திரம் சொல்லுது.

கோ: ஏன் சொல்லுது?

வாஞ்: ஏனா?. உம்..... எப்படியோ போங்க. நல்லவர் வீட்டுப் பிள்ளைகளாச்சே! ஏன் இப்படி கெட்டுப் போறீங்க? நேக்கு வேலை இருக்கு வர்றேன்.

தங்க: போங்க! சாம்பசிவம் காத்துக்கிட்டிருக்கான். கொடுக்கிறதுக்கு. போங்க. போய் வாங்கிக்கிட்டு வாங்க.

வா: *ஏய்! பிராமணால தூஷிக்காதிங்கடா. ராவணனுக்கு மாதிரி கேடு காலம் வந்துடும். நாக்கு அழுகிப் போயிடும்.*

தங்க: *வந்துட்டாருடா கலியுக ராமர். ராவணன் வீட்டுலேயே வச்சுக்கிட்டு எங்களப் பார்த்தா ராவணன்னு சொல்றீங்க?*

வாஞ்: *ஆ! என்ன சொல்றீங்க?*

கோ: *போ,போ, சாம்பசிவம் காத்துக்கிட்டிருப்பான். போய் வாங்கிக்கங்க. (போகிறார்கள்)*

வாஞ்: *நின்னு சொல்லுங்கடா, நேத்து ஆத்துல அந்த கண்றாவி, இன்னைக்கு இது. உம், காலம் கெட்டுப் போச்சு. வேதம்மா நல்ல பொண்ணு. ஆனா பையன் ஒரு மாதிரி. பரவாயில்லை. பிறாமணாள் தோஷந்தான் நாட்டிலே ஜாஸ்தியாச்சே.*

—★—

[சாம்பசிவம் வீட்டில் கோதண்டம் தங்கவேலு எலலோரும் பேசிக்கொண்டிருக்கிறார்கள். வாஞ்சிநாதர் வருகிறார்]

சாம்: *என்னப்பா? புரோகிதர் வர்ராரா?*

தங்க: *வந்துக்கிட்டே இருக்கான். (வாஞ்சி வருகிறார்)*

சாம்: *அதிகம் சொல்லவில்லை. வீட்டிற்குள் நுழையாதீர்.*

வாஞ்: *ஏன்? வேற புரோகிதர் வந்துட்டாரா?*

சாம்: என் தந்தை இறந்த நாளான இன்று அவர் செய்த நல்லவைகளை நாங்கள் பேசி மகிழ்ந்துகொள்வோம், நீர் போகலாம்.

வாஞ்: *போறதா? எங்க? ஏன்?*

கோத: *கோவில்ல மணி அடிக்க!*

வாஞ்: *நிறுத்துடா! நானும் கொஞ்சம் படிச்சிருக்கேன். சாம்பசிவம் — இவனுகளோட சேர்ந்து வீணா கெட்டுப் போகாதே.*

சாம்: அது எனக்குத் தெரியும். நீர் சொல்ல வேண்டியதில்லை.

வாஞ்: *உன் அப்பா ஆவி அந்தரத்துல அலையுது.*

தங்க: *அரிசி, பருப்பு காய்கறியா கொட்டிக்கொடு.*

கோத: *அவிச்சுத் தின்பான்.*

சாம்: இப்போது நீர் மரியாதையாகப் போகப் போறீரா இல்லையா?

வாஞ்: *போகலேன்னா என்னடா செஞ்சிடுவேள்.*

சாம்: என்ன செய்வோமா? *(அடித்து துரத்துகிறார்கள். அலறுகிறார் ஐயர்)*

வாஞ்: *வேதம்மா! வேதம்! வேதம்!! இங்க வாயேண்டி*

வேதம்: *(வந்து) டே ! சாம்பசிவம். இவரு நம்ம புரோகிதர்டா.*

வாஞ்: *நல்லா சொல்லேண்டி.*

தங்க: *பாத்தியாப்பா, உன் அம்மாவை அவ இவன்னு பேசுறான் மரியாதை இல்லாம.*

சாம்: *ஏய்! மரியாதையாகப் பேசு, தலையை திருகி எறிந்து விடுவேன். ஜாக்கிரதை.*

வேதம்: *உன் அப்பா இறந்ததற்கு திதி கொடுக்க வந்திருக்காரப்பா ஐயரு.*

சாம்: *அம்மா, என் தகப்பனார் இறந்த கவலை எனக்கும் உங்களுக்கும், இவனுக்கு என்ன?*

வேத: *அய்யய்யோ. கழகத்துல சேர்ந்து கெட்டுப் போயிட்டானே. மாரியாயி — நீதான் காப்பாத்தணும்.*

வாஞ்: *பிறாமணாளுக்கு மரியாதையே இல்லையே. வேதம்மா நான் சாபமிட்டா உன் மகன் விளங்க மாட்டான்.*

வேதம்: *உங்க வாயினால் ஒன்றும் சொல்லாதீங்க சாமி.*

தங்க: *அவரு வாய் என்ன சாமான்யமா? ஊரு சொத்துக்கு அது வாசப்படியாச்சே!*

வேதம்: *ஊருல இருக்கிறவகளுக்காக உழைக்கிறவரப்பா இவரு.*

கோத: *வீட்டுல இருக்கிற அம்மா அகலிகை.....*

தங்க: *இவரும் ஊருக்கு உழைக்கிறாரு. அம்மாவும் ஊருக்கு உழைக்குது ! இதுல என்னப்பா இருக்கு?*

(வாஞ்சிநாதர் மிரட்சியுடனும், கோபமுடனும் வெளியேறுகிறார்)

—★—

வாஞ்: *தெரியுமா துரைராஜ் சங்கதி?*

துரை: *என்ன?*

வாஞ்: *சாம்பசிவம் என்னை அடித்தான்ல? போலீஸ்ல சொன்னேன். கொண்டுபோய் ஒரு வாரம் உள்ளே தள்ளீட்டா.*

துரை: *ஐயர்வாள் ! உமக்கு பரம திருப்திதானே?*

வாஞ்: *பின்னே அடிக்கலாமோ?*

துரை: *சாம்பசிவம் மட்டும் அடித்தானா? ரெண்டுபேர் சேர்ந்து அடித்தார்களா?*

வாஞ்: *ரெண்டுபேர் சேர்ந்துதான். அவா ஆம்பிடலே! இவனுக்கு அவா தண்டணையையும் சேர்த்து ஒரு வாரம் போட்டுட்டா.*

துரை: ஒருவாரம்தானே. பரவாயில்லை. இதற்காக கஷ்டப்பட மாட்டான் சாம்பசிவம். அது சரி...அடி பலமா?

வாஞ்: ஏதேது — இன்னும் கொஞ்சம் நேரம்போனா அடி பலமா, வலி பலமான்னு கேட்பே போலிருக்கே?

துரை: சும்மா சொல்லுங்கோ.

வாஞ்: சாம்பசிவம் வெளியே வந்தவுடனே கேளு. சொல்லுவான்.

துரை: திதி என்பது புரோகிதர்களின் ஏமாற்றுகளில் ஒன்று! அதை நம்பி அரிசி, பருப்புவகைகளை அவர்களுக்கு வாரிக் கொடுத்து ஏமாறாதீர்கள் என்று நாங்கள் நாட்டைத் திருத்தி வரும்போது உங்களைப்போன்றோரது எதிர்ப்புகள் இருக்குமென்று எங்களுக்குத் தெரியும். சாம்பசிவத்தை சிறையிலே பூட்டிவிட்டோம் என்று இருமாந்து பேசுகிறீர். அவன் சிறையில் இருக்கும் இந்நேரம் வெளியில் வந்தவுடன் உங்களைப்போன்றோரை ஒழிக்க அல்லும் பகலும் மீண்டும் பாடுபட்டு திட்டம் வகுத்துக்கொண்டுதானிருப்பான்.

வாஞ்: அவன் வர்ரதுக்கு முன்னாடியே அடுத்த வெள்ளிக் கிழமை நம்ம சிவன் கோவில்ல, எல்லாரையும் கூப்பிட்டு ஒரு முடிவு கட்டி அவனை ஒழிக்க திட்டத்தீட்டப் போறோம்.

துரை: அடுத்த வெள்ளிக்கிழமையா?

வாஞ்: ஆமா.

துரை: சிவன் கோவில்ல?

வாஞ்: *ஆமா.*

துரை: *திட்டம் போடப்போறீங்க எல்லாரும்?*

வாஞ்: *ஆமா, ஆமா!*

துரை: *சாமிகளே அது கிடக்கட்டும். நம்ம ஆத்துலே ஏதோ விசேஷம்னாகளே— என்ன விசேஷம்*

வாஞ்: *திதி சமாச்சாரமா இருக்கும்.*

துரை: *அது இல்லைங்க. வேற என்னமோ........ன்....னு.......... வரதனும்.......(ஐயர் ஓடுகிறார்)*

—★—

(வேதம்மா வாஞ்சிநாதரைக் கண்டவுடன் கண்ணீர் வடிக்கிறாள்)

வாஞ்: *அழாதே வேதம்மா. என்ன செய்கிறது? தங்கமான குணம் உனக்கு. உன் வயிற்றுல அந்த தறுதலை பிறந்திருக்கு.*

வேத: *என் மகன் அப்படியெல்லாம் பேசாதீங்க சாமி.*

வாஞ்: *தங்கவேலு என்னென்ன பேசினான். நீயாவது கண்டிச்சியோ?*

வேத: *அவனுகளோட சேர்ந்துதான் இவனும் கெட்டுப் போயிட்டான்.*

வாஞ்: *இந்த வாஞ்சிநாத சாஸ்திரிய அடிச்சானே. அடிக்கலாமா? நீ பொண்ணு! நீயே சொல்லு. நான் சாபம் போட்டா என்ன ஆகிறது.*

வேத: *பெத்த வயிறுங்க சாமி. அப்படியெல்லாம் ஒன்னும் சொல்லிப்பிடாதீங்க.*

வாஞ்: *பெத்த மனம் பித்து பிள்ளை மனம் கல்லு!அதுசரி... திதிய எப்படியும் செய்யணுமே. ஏதாவது பணம் இருக்கா இப்போ?*

வேத: *அஞ்சு ரூபாதான் சாமி இருக்கு.*

வாஞ்: *சரி .... கொடு. கோயிலிலேயே செய்துடுறேன்.*

வேத: *செலவுக்கு இதுதானுங்க இருக்கு. இந்தாங்க. (ஐயர் வாங்கிக் கொள்கிறார்)*

வாஞ்: *பையன் ஒரு வாரத்துல வந்துருவான், நான் வரட்டுமா ? (போகிறான்)*

—★—

[தேனுறும் தமிழ் மாநாடு--ரிக்கார்டு இசை உழைக்காது வஞ்சகத்தன்மை- பிச்சைக்காரன் பாட்டு.]

[சிவன் கோவில் வாசலில் பிச்சைக்காரன் உட்காருகிறான். வாஞ்சிநாதர் - சிங்காரவேலர் மற்றும் சிலர் வருகின்றனர்]

வாஞ்: இதுனால ஒண்ணும் நடக்காது. பயகல கையக்கால ஒடிக்கணும்.

சிங்: இன்னைக்கு அடிச்சா நாளைக்கு? பயக பெரிய இடத்துப் பயக.

வாஞ்: ஊரு இருக்குற இருப்ப பயக கெடுத்துடுவாணுகளே

சிங்: நீ சும்மா இரு ஐயரே. பயக சொல்றதும் சரியாத்தான் இருக்கு. நீங்களும் காலத்த அனுசரிச்சுப் போகணும். நீங்கள்லாம் தாழ்ந்தவக. நாங்கள்லாம் உயர்ந்தவக. நீங்கள்லாம் கீழ்சாதி. நாங்கள்லாம் மேல்சாதியினு சொல்லி சும்மா மிரட்டுகிறீங்களே.

வாஞ்: என்ன முதலியார்வாள்! நீங்களும் அவனுக மாதிரி பேசுறீங்க?

சிங்: பின்னே என்ன ? அவன் திதி கொடுக்கலேங்கிறதுக்காக எல்லாரையும் அடிக்கிறதா? என மககூட நேத்து சாதி இரண்டொழிய வேறில்லையினு பாடிச்சு. அது சரிதானய்யா.

வாஞ்: இன்னைக்கு உயர்ந்தவன் தாழ்ந்தவன் இல்லையினு பேசுவாங்க ஜாதி இல்ல-ஆசாரம் இல்லையினு பேசுவாங்க. பேசிட்டா போதுமா? நாய்க்கருக்கும் முதலியாருக்கும் என்ன வித்தியாசம் ? படையாச்சிக்கும் சேர்வைகாரருக்கும் என்ன வித்தியாசம். இப்படிப் பேசுறவனுக நாளைக்கு பணக்காரன் ஏது ஏழை ஏதுன்னுகூட பேசுவானுங்க. நான் எதுக்குச் சொல்றேன்னா நாளை கட்டுக் குலைஞ்சிடும்னு சொல்லவர்ரேன்.

சிங்: ஆமா... ஐயரு சொல்றதும் சரிதான்.

(பின்னால் மாறுவேஷத்துடன் நின்ற துரைராஜ் இதைக் கேட்டுவிட்டு)

துரை: *எல்லோரும் ஒற்றுமையாக வாழவேண்டியதுதான்*

வாஞ்: *இது என்ன ரஷ்யாவா?*

துரை: *அங்கேகூட முன்பு இருந்தார்கள் உங்களைப்போன்றோர். அவர்களை அழித்து ஒழித்துவிட்டது காலம்!*

வாஞ்: *இங்கே அது நடக்காது.*

துரை: *ஏன்? ரஷ்யாவில் ஏது தலைவிதி என்று பாடினானே. அவனைப்பாருங்கள் அவன் உடலிலே பூராவும் புண்ணாக இருக்கிறது. உள்ளே கோவிலில் ஆண்டவன் உருவாகியிருக்கிறானே. அவர்தானே இவனையும் படைத்தது? உம்மையும் படைத்தது உமக்கும் இவனுக்கும் ஏன் இவ்வளவு வேற்றுமை?*

வாஞ்: *அது அவன் விதி!*

துரை: *விளங்கக் கூறத் தெரியாததற்கு விதி என்று சுற்றிக் காட்டினால் அதை மக்கள் ஏற்கும் காலம் மாறி வருகிறது.*

பீச்: *ஐயா ! ஆளுக்கொரு காலணா போட்டா இந்த ஏழை வயிற்றுப் பசிக்கு ஒருவேளை சாப்பாடாகும் சாமி*

சிங்: *சேச்சே ! இந்தப் பிச்சைக்காரங்க தொந்திரவு ரொம்ப ஜாஸ்தியாப் போச்சு! இவனுகளுக்கு ஒரு சத்திரம் சாவடி கட்டிப் போடணும். டேய்! போடா இது கோயிலு.*

வாஞ்: *முதலியார்வாள்! ஜெர்மனியிலே பிச்சைக்காரர்கள் என்ன செய்யுறா தெரியுமோ? சுட்டுத் தள்ளிடுவா.*

துரை: *என்ன கல்னெஞ்சமய்யா உமக்கு! அந்த ஏழையும் மனிதன் தானே உம்மைப்போல, அன்பே சிவம். சிவமே அன்பு என்று பேசுகிறீர்கள். ஏழையைக் கண்டால் சுட்டுத்தள்ள வேண்டுமென்கிறீரே. அந்த ஏழைக்கும் ஒரு காலம் வரும். அந்த உலர்ந்த உதடுகளிலிருந்து உக்கிரம் பிறக்கும். கண்கள் கனலைக்கக்கும். புழுவும் போரிடும். அப்போது உங்கள் செல்வம், அந்தஸ்து, சாஸ்திரம் யாவும் மண்ணோடு மண்ணாய் போகும். உழைக்கிறான் மாடு போல. ஆனால் உண்ணு கொழுப்பது நீங்கள். வீட்டைக் கட்டிக் கொடுத்த அவனுக்கு தங்குவதற்கு இடமின்றி வீதியிலே விழுந்துகிடக்கிறான். அவன் இடுப்பிலே உடுத்திருப்பது கந்தல். ஆனால் உள்ளே ஆலயத்தில் பள்ளிகொண்டிருக்கும் ஆண்டவனுக்கு பட்டு பீதாம்பரம் எதற்காக? அவன் குடியிருப்பதற்கு இவ்வளவு பெரிய மண்டபம் எதற்காக? அதே நேரத்தில் நீர் பட்டு மெத்தையிலே கொசு வலைக்கு ஊடே துயிலுவதை காண்கிறான். அவன் உள்ளம் கொதிக்காதா. ஆண்டவன் படைப்பில் ஏன் இந்த ஏற்றத் தாழ்வு என்ற வினா அவனுக்கு எழாதா. எழுந்தால் உங்களைப் போன்றோரது நிலை என்னவாகும் என்பதை அறிந்து திருந்திடுங்கள். இல்லையேல்......*

சிங்: *ஏய்! நீ யார்டா? (தாடியைப் பிய்க்கிறார். எல்லோரும் திகைக்கிறார்கள்) ஆ! துரைராஜ்.*

வா: *நேக்கு அப்பவே சந்தேகம்!*

சிங்: *ஏய் பிடிச்சுக்கெட்டு தூண்ல. ஐயரே ஒரு மாங்கா மாலைய எடுத்து அவன் கையிலே கொடு. நான்போய் போலீஸக் கூட்டி வர்ரேன். ஐயரே பாத்துக்க இவன. டேய் நீங்கள்லாம் போயி ஊருல இருக்கிற ஆளுகள கூட்டிவாங்க.*

(எல்லோரும் போகின்றனர். ஐயர் காவல் செய்கிறார்.)

வா: *இப்பத் தெரியுதா ? (துரைராஜ் அழுகிறான்) அழு நன்னா அழு. பிறாமணாள் தோஷம் பொல்லாதது. தேவி பூஜை குறைஞ்சது மாதிரி பிறாமண பூஜை குறையுது நாட்டுலேயினு சொன்னேனே கேட்டியா? இப்பப் படு. ஆயுள் பூறா தண்டனை தருவா. சாம்பசிவத்துக்கு நல்ல இடத்துல பெண் தர்ரதாக இருந்தா. அது கெட்டுச்சு. பிறாமணாளுக்கு பெரிய மனுஷ்யா ஆதரவு இருக்கு. உங்களுக்கு யார் இருக்கா? இப்ப அழு. பிராமணா தோஷம் விடுமா?*

துரை: *சாமி ! தெரியாம செய்துட்டேன். நான் அனாதை. நீங்கள் தான் காப்பாத்தணும்.*

வா: *இனிமே பிறாமணாள தூஷணமா பேசுவியா?*

துரை: *இனிமே பேசமாட்டேணுங்க. எப்படியாவது என்னை அவிழ்த்துவிடுங்க. ஓடிடுறேன்.*

வச: *அவிழ்த்து விடவா ? அய்யோ !*

துரை: *சாமி! மாங்கா மாலைய நீங்களே வச்சுக்கங்க. நான் தப்பி ஓடிப்போறேன். மாலைய நான் எடுத்துக்கிட்டுப் போயிட்டேன்னு சொல்லிடுங்க.*

வா: *நீ எங்க போனாலும் விடமாட்டாளேடா!*

துரை: *நான் எங்கேயாவது ரங்கோன் பினாங்கு பக்கம் ஓடிடுறேன் சாமி. நல்ல மாலை எவ்வளவு அழகா இருக்கு பாருங்க.*

வா: *(ஆசையுடன்) நல்லாத்தான் இருக்கு. ஆமா, உன்னை அவிழ்த்து விட்டுட்டா சர்க்கார் என்னை சும்மா விடுமா?*

துரை: *உங்களை யார் என்ன செய்ய முடியும். நல்லா யோசனை பண்ணிப் பாருங்க,*

வா: *பிராமணாளப்பத்தி இனிமே ஒண்ணும் பேசாதே! பகவத் நிந்தனை செய்யாதே!*

துரை: *ஜென்ம ஜென்மத்துக்கும் பகவத் நிந்தனையோ,பகவத் அபசாரமோ, பிராமண தூஷனையோ செய்வதில்லை.*

(மாங்கா மாலையை இடுப்பிலே சொருகிக் கொண்டு துரைராஜை அவிழ்த்துவிடுகிறார் துரைராஜ் ஓடி மறைந்தபின்)

வா: *ஐயோ திருடன் திருடன் ஐயா! நகையை அடிச்சிட்டுப் போயிட்டான்யா ஓடியாங்கோ! ஓடியாங்கோ.*

(சிங்காரவேலர் மற்றும் பலர் ஓடி வருகின்றனர்.)

வா: *காலப்போற போக்கப் பாத்தியாங்க. அந்தப்பய ஓடிப் போயிட்டான்.*

சிங்: *ஆ! ஓடிட்டானா. எப்படி ஓடினான்? அப்படிக் கட்டினோம்.*

வா: *பய சிம்மம் போல கர்ஜித்துண்டு ஒரு திழிரு திமிரினான் பாருங்கோ. கட்டியிருந்த கயிறு பொடி பொடியாயிட்டுது பிடிக்கலாம்னு கிட்டப் போனேன். விட்டான் ஒரு அறையும் குத்தும். நான் என்ன முடியும் வயதானவன். புலிப்போல பாய்ந்தான். ஓடிப்போய்விட்டான்.*

சிங்: *போலீஸ்ல ரிப்போர்ட் பண்ணியாச்சு. எப்படியாவது பிடித்து விடுவார்கள். சரி வாருங்கள் போகலாம்.*

(வஞ்சி நாதர் மாங்காய்மாலையுடன் கம்பீர நடை போடுகிறார்)

—★—

(சிங்காரவேலர் வேதம்மாவிடம்)

சிங்: *வேதம்மாவா? வா வா.சாம்பசிவம் என்ன செய்கிறான்? ஊர் பூறா பேசுது.*

வேத: *என்னங்க விஷயம்?*

—★—

சிங்: *எல்லாம் உன் பையன் விஷயந்தான்:*
செல்லம் கொடுத்து கெடுத்துட்டே.

வேத: *என்னங்க செய்கிறது. ஒரே பையன்.*

சிங்: *அது சரி-உன் பையன் விஷயம் பெரிய ஆபத்து.*

வேத: *என்னங்க ஆபத்து?*

சிங்: *துரைராஜ் கோவில்ல இருந்த மாங்கா மாலைய திருடிக் கிட்டுப் போயிட்டான். கழகத்துல உன் பையனும் சம்பந்தப்பட்டவன். கவனிச்சுக்க.*

வேத: *அதுக்கு என் பையனுக்கு என்னங்க ஆபத்து?*

சிங்: *போலீஸ்ல உன் பையனையும் அரஸ்ட் பண்ணுவாங்க.*

வேத: *நீங்கதாங்க காப்பாத்தணும்.*

சிங்: *சரி கவனிக்கிறேன். பணமா பெரிசு?*

வேத: *உங்ககிட்ட இருக்கிற ரூபாய் ஆயிரத்தி எண்ணூறையும் செலவு செய்தாவது இதல என் பையனுக்கு எதுவும் வராம நீங்கதான் பார்த்துக்கிடணும்.*

சிங்: *பகவான் வேதம்மா விஷயத்துல ஒரு குறையும் வைக்க மாட்டார்.*

—★—

[மானம் பெரிதென - என்று சந்திரா நந்தவனத்தில் ஆடிக்கொண்டிருப்பதை சாம்பசிவம் பார்த்து ரசித்துக் கொண்டிருக்கிறான்.]

சாம்: *ஆஹாஹா!*

சந்: *யார் நீங்கள் ? எதைக்கண்டு ரசித்தீர்கள்?*

சாம்*: மயில் ஆடிற்று! குயில் பாடிற்று! மான் துள்ளிற்று!*

சந்*: நீர் நெருப்புடன் விளையாடுகிறீர். நான் யாரென்பது தெரிந்திருந்தால் இப்படி வர்ணித்திருக்கமாட்டீர்.*

சாம்*: இதில் நான் என்ன வர்ணிப்பது? வண்டு பாடிற்று என்று உண்மையைத்தானே கூறினேன். எரிமலையைக் காண வந்தேன்: ஆனால் குளிர் நிலவைக் கண்டேன்.*

சந்*: இது பெண்களின் தனியிடம். எங்களுக்குச் சொந்தமான பூங்கா?*

சாம்*: மறந்து வந்துவிட்டேன் மலரைத் தேடி வண்டுதான் வலிய வரும்.*

சந்*: தனிமையாய் இருக்கும் ஒரு பெண்ணிடம் பேசத்தெரிய வேண்டும்.*

சாம்: *நீ யார். உன் பெயர் என்ன ?*

சந்: *முன்பின் பழக்கமற்ற என்னிடம் என்னென்னமோ கேட்கிறீரே?*

சாம்*: நிலவு காயும்போது மாடியில் நின்று அதன் அழகை ரசித்தால் இன்பம் உண்டாகும். ஆனால் அதை பிடித்து எப்போதும் அருகிலேயே வைத்துக் கொள்ளவேண்டு மென்றா எண்ணம் எழுகிறது? நிலவு இசை எல்லாம் ஒன்று தானே. இசைவந்த திசை நோக்கி வந்தேன் முகத்தைக்*

கண்டேன். உன்னை அடைந்தால் அந்த இசையையும் சேர்த்து அடைந்துவிட்டோமென்று ஆனந்தப்படுவேன். நீ யார்.

சந்: *சிங்காரவேலரைத் தெரியுமா உங்களுக்கு?*

சாம்: *அந்தச்சண்டாளரை-சதிகாரரைத் தெரியாமலென்ன?* அந்தப்பாவியால்தானே என் ஆருயிர் தோழனை இழந்தேன். என்னையும் சிறைக்கு அனுப்பினார். இன்றுதான் வந்தேன். நெறித்த முகம், முறுக்கிவிட்ட மீசை. நெற்றியிலே விபூதி. அதனூடே சந்தனப்பொட்டிட்டு, மந்திர வேலை செய்தே ஊர்ச்சொத்துக்களுக்கு அதிபதியானவர். ஏன் தங்களுக்கு வேண்டியவரா?

சந்: *ஆம்! நான் அவருக்கு தூரத்து உறவு!*

சாம்: *ஆ!* வேண்டாம். உறவு வேண்டாம். சிங்காரவேலர் இல்லம் உன்னைப் போலுள்ளவர்களுக்கு ஏற்றதல்ல; தயவு செய்து போய்விடு.

சந்: இவ்வளவு தெளிவாகப் பேசுகிறீர்களே - தாங்கள் யார்? உங்கள் பெயர்?

சாம்: நான்...... என் பெயர் சாம்பசிவம். உன் பெயர்?

சந்: அதுதான் வந்தவுடன் வானத்தைப் பார்த்து வர்ணித்தீர்களே!

சாம்: *ஆ : சந்திரன்! சந்திரோதயம்!*

சந்: *ஏறக்குறை அதுதான். (ஓடி மறைகிறாள்)*

புன்னகை பூங்கொடியே-பாடல்

(சாம்பசிவம் பாடிவிட்டு தனியே நின்று புலம்புகிறான்)

***சாம்**: காதல்! காதலைப்பற்றி கவிதையிலே படித்ததுண்டு ஆனால் அதை இன்று தான் கண்ணெதிரே காண்கிறேன். காதல் கண்களுக்கு மட்டும் விருந்தளிப்பதில்லை. மனதிலேயும் அழியாத ஓவியமாக வரையப்பட்டுவிடுகிறது. ஆஹா! என்ன இனிமையான பாடல்! மதுரமான ஒலி ! மயக்குகின்ற மொழி! மான் விழி ! இவள் மட்டும் எனக்கு கிடைத்துவிட்டால் வாழ்க்கை பூறாவும்.......... (அனுபவிக்கிறான்) சே! என்ன ஆசை! ஊர் முதலை கொள்ளையடிக்கும் சிங்கார வேலருக்கு மாதிரி! (சிந்திக்கிறான். உள்ளம் குழம்புகிறது.) ஊர் பேர் தெரியாது! கேட்க மறந்துவிட்டோமே. பெயர் சந்திரோதயம் ! இனி ஊரைக்கேட்க வேண்டும்! பிறகு என் வாழ்க்கையில் வெற்றிதான்!*

***தோழி**: (பின்னால் வந்து) பக்தா! உன் பக்திக்கு மெச்சினோம். திரும்பிப்பார் !*

***சாம்**: யார் நீ? எனக்கு சந்திரோதயம் கிடைப்பாளா?*

***தோழி**: உயிர் ஊட்டியவளே உன்னைக்காப்பாற்றுவாள்.*

***சாம்**: அப்படியா?*

***தோழி**: ஆம் நீ செய்த குற்றத்திற்கு தண்டனையை அனுபவிக்க தயாராயிரு !*

***சாம்**: ஆ ! தண்டனையா?*

தோழி: ஆம். நீ ஒரு போக்கிரி.

சாம்: நான் போக்கிரியா ?

தோழி: அது கோர்ட்டில் தெரியும்.

சாம்: கோர்ட்டிலா? இது என்ன புரியாமல் பேசுகிறாய்? நீ யார்?

தோழி: சந்திரோதயத்தின் உள்ளத்தை திருடிவிட்டாய்.

சாம்: ஆ! (ஆச்சரியப்படுகிறான்) அப்படியா? என்னை. அவளுக்குத் தெரியுமா?

தோழி: உங்களை அவள் தெரிந்து வைத்திருக்கிறாள். உங்களுக்குத்தான் தெரியவில்லை. முன்பு கழகத்திலே பணியாற்றியபோது உங்களைப் பார்த்திருக்கிறாள்.

சாம்: ஆஹா! என் இருதயத்தை திறந்துவிட்டீர்கள். நீங்கள் அவளுக்கு யார்!

தோழி: நீ சொன்னாயே! இருதயத் திறவுகோல் என்று? அது சரி - உம்மிடம் சில கேள்விகள் கேட்க விரும்புகிறன். பதில் சொல்வீர்களா?

சாம்: தாராளமாக கேளுங்கள். மதில் சொல்கிறேன்.

தோழி: *ரோஜாவை விரும்புகிறவர்கள் அதைச் சுற்றி முள் இருப்பதை பார்த்தால் விட்டுவிடுவார்கள் என்று நான் கூறுகிறேன். நீங்கள் என்ன கூறுகிறீர்கள்.*

சாம்: *முட்டாள்கள் அவர்கள். முள் இருந்தால் என்ன? தேவையிருக்கும்போது பறிக்கத்தான் வேண்டும் பக்குவமாக.*

தோழி: *மற்றொன்று! வண்டு கொட்டுமே என்று பயந்தால் தேன் கிட்டுமா?*

சாம்: *எப்படிக் கிட்டும்? வண்டுகளை விரட்டித்தான் தீர வேண்டும். வண்டுகளுக்கு மிரண்டுவிடுவதா?*

தோழி: *இன்னுமொன்று. சேற்றிலே செந்தாமரை இருந்தால் என்ன செய்வீர்?*

சாம்: *சேற்றிலே இருந்தால் என்ன? பறித்து வரத்தான் வேண்டும்.*

தோழி: *அப்படியா? அப்படியானால் பாரப்போம். நான் சந்திரோதயத்தின் தோழி. சந்திரோதயம் சிங்கார வேலரின் மகள்!*

சாம்: *ஆ! (அதிர்ச்சியடைகிறான்) என் நண்பன் துரைராஜை வீண் குற்றஞ்சாட்டி சிறைக்கனுப்பத் துணிந்தவனின் மகளா? இன்று ஊரை விட்டோடச் செய்து வாடவிட்டவனின் மகளா?*

தோழி: *சேற்றிலே செந்தாமரை இருந்தாலும் பறிப்பேன் என்றீர்களே?*

சாம்: *சரி என் மனது சரியில்லை. நாளை மாலையில் சந்திப்பதாகச் சொல்.*

[துரைராஜ் ஒரு இடத்தில் படுத்திருக்கிறான். நல்ல தூக்கம். அழகூர் மடாதிபதியின் கையாட்களான கந்த பூபதியும் முருகதாசரும் துரைராஜைப் பார்க்கிறார்கள்.]

வாழ்வதிலே இன்ப துன்பம்-பாடல்

(பாடல் முடிந்தபின்)

கந்த: முருகதாசரே! தேடிப்போன மூலிகை காலிலே சிக்கிக் கொண்டது.

முரு: என்ன சேதி பூபதி?

கந்த: நாம் தேடியது கிடைத்து விட்டது. *(சைகை செய்கிறார்)*

முரு: சரியான பாத்திரம்!

கந்த: நம் திட்டத்தை இவன் ஒப்புக்கொள்ள வேண்டுமே. மறுத்து விட்டால்?

முரு: முதலில் எழுப்பும். பேசிப் பார்க்கலாம்.

கந்த: ஏய்! ஏய்! எழுந்திரு! எழுந்திரப்பா அதிர்ஷ்டம் வந்திருக்கிறது உனக்கு. (துரைராஜ் கண்களை கசக்கி விட்டு பார்க்கிறான்) எழுந்திரு

துரை: காவியைக் கண்டவுடன் கன்னத்தில் போட்டுக் கொள்பவன் நானல்ல. போய் வாருங்கள்.

(மீண்டும் படுக்கப் போகிறான். தடுத்து)

கந்த: எழுந்து எங்களுடன் வாப்பா முக்கியமான விஷயம் பேசணும்.

துரை: சடாமுனிவரின் சபகோடிகளான உங்களிடம் எனக்கு என்ன விஷயம் பேசவேண்டியிருக்கிறது. போங்களய்யச் தொந்திரவு கொடுக்காமல்.

கந்த: நாங்கதானப்பா உன்னிடம்பேச வேண்டியிருக்கிறது.

துரை: ஊர் சொத்தைத் தின்று ஊண் சுமந்துதிரியும் உலுத்தர் கூட்டத்தினராகிய நீங்கள் என்னிடம் என்ன பேசப் போகிறீர்கள். உங்கள் உபதேசத்தை கேட்க நான் தயாராயில்லை. அதற்கு வேறு நபரைப்பாரும்.

முருக: கந்தபூபதி! (காதோடு காதாக) இவனுக்கு நம்மைப் போன்றோரைக் கண்டாலே பிடிக்காது போலிருக்கிறது. நமக்கு இப்பேர்ப்பட்ட ஆள்தான் வேண்டும். தைரியமாக நமது திட்டத்தைக் கூறு.

துரை: என்ன குசுகுசுவென்று பேசுகின்றீர்கள் ?

கந்த: உனக்கு ஒரு அதிர்ஷ்டம் காத்திருக்கிறது. எங்களுடன் வா. சொல்கிறோம்.

துரை: என்ன? பூச்சாண்டி காட்டுகிறீர்களா? உங்களைப் போன்ற ஊரிலிருக்கும் ஆண்டிகள் எல்லோரும் உதிரத்தை சுமந்துகொண்டு அலைந்து திரிவது தெரிகிறபோது எல்லோரிடமும் கூறுவதுபோல் என்னிடமும் கூறுகிறீரா?

நான் அதிலெல்லாம் நம்பிக்கையில்லாதவன். மரியாதையாக நீங்கள் வந்த வழியே செல்லுங்கள் என்னை தொந்தரவு செய்யாமல்.

கந்த: உண்மைதான். நீ எங்கள் சொல்படி கேட்டால் உனக்கு ஒரு லட்சம் ரூபாய் தருகிறோம்.

துரை: ஒரு லட்சமா? உங்களிடம் ஏது? நீங்கள் யார்?

முருக: உனக்கு பண்டாரக் கூட்டம் பிடியாதல்லவா?

துரை: பண்டாரங்களைப் பிடிக்கும். ஆனால் கடவுளின் பெயராலும், மதத்தின் பெயராலும், அளவுக்கு மீறிய சொத்துக்களை மடாலயம் என்ற பெயரால் அனுபவித்து வரும் அயோக்கியர்களைக் கண்டால் பிடிக்காது.

கந்த: இப்போது அழகூர் மடாதிபதியை ஒழிக்க வேண்டும். நீ தான் அதற்கு தகுதியான ஆள்.

துரை: நானா ? ஏன் ? அதனால் உங்களுக்கு என்ன லாபம்?

முருக: பிழைக்கும் தந்திரம். அவர் அனுபவிப்பதைப் பார்த்துக் கொண்டிருக்க முடியவில்லை எங்களால். அவரும் பதவியை விட்டு விலகுவதாக தெரியவில்லை. அதனால்......

துரை: நீங்கள் அழகூர் மடத்தை சேர்ந்தவர்களா?

கந்த: ஆமாம்.

துரை: மடத்திலிருப்பவர்கள் தானாக ஒழிய மாட்டார்கள் போலிருக்கிறது இப்படி ஒழித்தால்தான் ஒழிவார்களோ ? அவர் போனபின் மடாதிபதியாக வருவது யார்?

முருக: நான்.

துரை: உடலைப்பார்த்தால் இவர் வரலாமென்று தோன்றுகிறது. (கந்த பூபதியை சுட்டிக் காண்பிக்கிறான்)

கந்த: அதைப்பற்றி பிறகு பார்க்கலாம். முதலில் நீ எங்கள் திட்டத்தை ஒப்புக்கொள்கிறாயா?

துரை: மடாதிபதிகளை ஒழிக்க இப்படி நல்ல சந்தர்ப்பங்கள் கிடைத்தால் இதை நழுவவிடமாட்டேன் நான் அதுசரி — எப்படி ஒழிப்பது.

கந்த: அவர் தூங்கும்போது ஒரு பெரிய கல்லைத் தூக்கி தலையில் போட்டுவிடு. ஒழிந்துவிடுகிறான்.

துரை: தூங்கும்போது கல்லைத்தூக்கிப்போட்டு ஒழிக்கவேண்டாம். அதற்கு வேறு வழியிருக்கிறது. சொல்கிறேன். வாருங்கள், ஆனால் ஒரு நிபந்தனை.

கந்த: என்ன?

துரை: நான் மடாலயத்திற்கு வந்த பின் நான் எது செய்தாலும் அங்கு அதற்கு மறுப்பு இருக்கக் கூடாது.

கந்த: சரி.

துரை: நான் எதைச் சொன்னாலும் சரி என்றுதான் சொல்ல வேண்டும்.

கந்த: *சரி.*

துரை: இல்லையென்றால் — மடாதிபதியை ஒழிக்க நீங்கள் இருவரும் என்னைக் கூப்பிட்டதாக ஊராருக்கு சொல்லிவிடுவேன்.

முருக: *அய்யய்யோ.*

கந்த: *சரி சரி.*

துரை: சரி வாருங்கள் போவோம்.

—★—

[அழகூர் மடத்திலே மடாதிபதி உபதேசமளிக்கிறார்]

சாந்தி — சாந்தம்—பாடல்,

ஒரு சிஷ்யன்: *அரஹர மகாதேவ.*

(எல்லோரும் கூறுகின்றனர்)

மடாதி: ஆகவே மெய்யன்பாகவே, இந்திரியம் என்ற துஷ்டக் குதிரைக்கு அறிவு என்ற கடிவாளம் போட்டு அடக்கினால்தான் அது அறநெறிப்படி நடக்கும். இச் என்று இருக்கும் பச்சைகளை எல்லாம் கடக்க நேரிடும்போது, அதற்கு நிராசை என்ற கைகளும் துணை இருக்கவேண்டி நேரும். இவைகளையெல்லாம் அடக்கி விட்டால் எம்பெருமானின் பாதாரவிந்தங்களுக்குச் செல்லும் புண்ணியம் பெற்றவர்களாவோம்.

ஒருவன்: அய்யனே! உங்கள் உபதேசத்தால் எங்கள் உள்ளம் மகிழ்ந்தது.

மடாதி: அப்பனே ! மௌனம் - சுவாமிகள் மலையேறுகிறது.

ஒருவ: பிள்ளைகளுக்கு ஏதாவது தாங்கள் சொல்ல வேண்டும்.

மடாதி: குழந்தைகளே! மலட்டு மாடு மதுரமான பால் தருமா?

ஒருவ: ஆஹா! எவ்வளவு அபூர்வமான ஞானம்! வாருங்கள். எல்லோரும் காணிக்கையை செலுத்திவிட்டு விடை பெற்றுச்செல்வோம்.

மடாதி: என்ன சொத்து! எல்லாம் அவன் அருள்! அரஹர மஹாதேவ !

(எல்லோரும் சேவித்துவிட்டு திரும்புகின்றனர். வெளியில் போயிருந்த சிஷ்யன் ஒருவன் ஓடிவருகிறான்)

சிஷ்: வசந்த மண்டபத்தை புதுபிக்க பிள்ளைகளிடம் நிதி சேகரிக்க வேண்டும். சுவாமிகளிடம் உத்திரவு கேட்கப் போகிறேன்.

ஒருவன்: சுவாமிகளை பார்க்க முடியாது.

சிஷ்: நீ போப்பா. அவசியம் நான் அவரை பார்க்க வேண்டும்.

ஒருவ: உன் இஷ்டம். சந்நிதானம் நிஷ்டையிலிருக்கிறார்.

சிஷ்ய: சேவித்துவிட்டு திரும்புகிறேன். நீபோ.

(சிஷ்யன் வந்து) சுவாமி !

மடா: *(கண் திறந்து பார்த்துவிட்டு) என்ன ? காயா பழமா?*

சிஷ்: *பழம்!*

மடா: *எங்கு கிடைத்தது?*

சிஷ்: *நமது தோட்டத்திலே.*

மடா: *இப்போது கனி எங்கு உளது?*

சிஷ்: *வசந்த மண்டபத்தில்*

மடாதி: *சபாஷ்! குலம்?*

சிஷ்: *பிரம்ம குலம்!*

மடாதி: *பூங்கொடியோ?*

சிஷ்: *வஞ்சிக்கொடி!*

மடாதி: *நஞ்சல்லவே?*

சிஷ்: *அமிர்தமல்லவா.*

மடாதி: *அருந்தலாமா!*

சிஷ்: *தடையேதுமில்லை. தாராளமாக!*

***மடாதி**: பெயர்!*

சிஷ்: *லலிதா!*

***மடாதி**: அழகான பெயர்! வசந்த மண்டபத்தில் எல்லாவித சௌகரியமும் இருக்கும். என்ன இருந்தாலும் இந்த சடையும் முடியும் தான் சற்று தொல்லை கொடுக்கும் சரி—வஸ்து தனியாகவன்றோ இருக்கும்*

***சிஷ்**: ஆமாம்--சென்று வாருங்கள்.*

***மடாதி**: செலவுக்கு!*

***சிஷ்**: பெற்றுக்கொண்டேன்.*

***மடாதி**: தாராளமாக செலவு செய்*

***சிஷ்**: புதிய பாத்திரம் பக்குவமாக கையாள வேண்டும். சென்று வாருங்கள்.*

—★—

[வாஞ்சி நாதரிடம் கோபத்துடன் தாய்வீடு வந்த லலிதா மடாதிபதி தாபத்தை தணிக்க முன் வருகிறாள்]

(லலிதாவிடம் சிஷ்யன்)
***சிஷ்**: வலிதா உன் சாமர்த்தியத்தைத்தான் நம்பி இருக்கிறோம்.*

லலி: *அதைப்பற்றி கவலை வேண்டாம்.*

சிஷ்: *நீ நம்ப வேண்டுமே.*

லலி: *நானும் நம்பித்தான் வந்திருக்கிறேன்.*

சிஷ்: *தம்பிரான் தொட்டால் பொன் பூக்கும் உடலாகும்.*

லலி: *ஆனால் என் குடும்பத்தார் என்னை நினைத்தால்.....*

சிஷ்: *இரண்டு இரவு ஒரு பகல் தானே லலிதா!*

லலி: *ஊம்!...சரி.*

சிஷ்: *ஜாக்கிரதையா யிரு*

லலி: *சரி*

சிஷ்: *தம்பிரான் கண்ணோடு புதைய வேண்டும்.*

லலி: *சரி! பார்க்கிறேன்.*

சிஷ்: *அதோ தம்பிரான் வருகிறார், (சிஷ்யன் மறைகிறான்)*

மடாதி: *வர்ணனையை விட வஸ்து நன்றாகவே இருக்கிறது. உட்கார். உன்னை பார்த்து என் கண் பூரித்து விட்டது.*

லலி: *ஏன் இவ்வளவு தாமதம்?*

மடாதி: *காலையெல்லாம் சைவத்தைச் சுமந்து நொந்தேன், கட்டழகி! மடத்திலேயோ மன்னார்சாமிகள் வருவதும் போவதும் ஓயவில்லை.*

லலி: *கனிரசம் அருந்துகிறீர்களா?*

மடாதி: *உன் பவழ வாயை விடவா இது சுவைக்கும்? உன் இதழோரத்தில் நெழிந்தோடும் ரசத்தை விட கனிரசமா ருசியாயிருக்கும்?*

லலி: *ஏதாவது பாடட்டுமா?*

மடாதி: *பாடு.*

(மணவாளன் இவர்தானடி- பாடல்)
மடாதி: *திவ்யமான சாரீரம்! எங்கடி சிட்க்ஷை?*

லலி: *பண்ணையூர் பார்த்தசாரதி அய்யங்காரிடம் ஐந்து வருஷம் சிட்க்ஷை பெற்றேன்.*

மடாதி: *ஓ! அவருக்கு ஒரு மகள் கூட உண்டு.*

லலி: *நல்ல சிவப்பு.*

மடாதி: *உன்னை விடவா! நீ தான் முதல்! ரகம்!*

லலி: *எல்லாம் இப்படி விடியும் வரைதான் விளையாடுவோம்.*

மடாதி: *ஏன்?*

லலி: *இன்னும் மூன்று நாட்கள் தான் இந்த ஊரில் இருப்பேன். தாய் வீட்டில் அதிக நாள் தங்கக்கூடாது! பிறகு அவர் வீட்டிற்கு போனால் மூன்று மாதமோ- ஆறு மாதமோ!*

மடாதி: *நான் அங்கு வருகிறேன்.*

லலி: *வேண்டாம்! அது ஒரு மாதிரியான ஊர்!*

மடாதி: *அப்படியா!*

லலி: *என் இஷ்டத்தை பூர்த்தி செய்வீர்களா!*

மடாதி: *கரும்பு தின்னக் கூலியா!*

—★—

[சிங்காரவேல் முதலியார் தன்வீட்டில் தனியே உலவிக் கொண்டு)

சிங்: *மகான் சொன்னது பொய்யா! ஏன் இன்னும் வரவில்லை! புரோகிதர் சொல்லியிருக்கிறாரே - எனக்கு சொர்ணானுக் கிரஹமாமே (கதவுத் தட்டப்படுகிறது) இதோ வந்து விட்டார். (கதவை திறக்கிறார்)*

(வாஞ்சிநாதர் ராம்சிங் என்பவனோடு வருகிறார்)

வாஞ்: *வீட்டில் யார் இருக்கிறது!*

சிங்: *சந்திரா அத்தை வீடு சென்றிருக்கிறாள்.*

வாஞ்: *ராம்சிங் ஆரம்பிக்கலாம். முதலியார்வாள் கொண்டு வாருங்கோ!*

சிங்: *(தன் சொத்துக்களைக் காட்டி) ஐயரே! என் சொத்து பூராவும் இதுல இருக்கு. ஐம்பதினாயிரம் ரூபாய் ரொக்கமா இருக்கு லட்ச ரூபாய்க்கு மேல ஆபரணங்கள் இருக்கு,*

வாஞ்: *உட்காருங்க முதலியார்வாள்.*

ராம்சிங்: *ஓம்! மாகாளி. ஆங்காரி, ஜாவ் ஜல்தி ஜாவ், பூஜை நடக்கும் — உட்கார். மாகாளி! ஆங்காரி-ஓங்காரி ஜாவ் ஜாவ்! இவர் பேர்.*

வாஞ்: *சிங்காரவேல் முதலியார்.*

ராம்: *சிங்காரவேல்--கும்பிடு. கும்பிடு. இந்தா கோழி முட்டை!*

சிங்: *எதுக்கு?*

ராம்: *சாப்பிடு!*

சிங்: *சாப்பிடவா சரி, [சாப்பிடுகிறார்]*

ராம்: *[ஐயரிடம்] நீ சாப்பிடு!*

வாஞ்: *என்ன அது! பேர் என்ன சொன்னீங்க!*

ராம்: *கோழி முட்டை;*

வாஞ்: *கோழிமுட்டைய சாப்பிடவா!*

ராம்: *ஊம்! சாப்பிடு.*

வாஞ்: *[சாப்பிட்டுவிட்டு]* நல்லா இருக்கு.

ராம்: *நல்லா இருக்கா!*

வாஞ்: இன்னும் ஒன்னு கொடு.

(ராம்சிங் சிங்காரவேலரின் முகத்தில் பச்சிலையைக் காட்டி மயக்கமுறச் செய்கிறான். முதலியார் சாய்கிறார்.)

வாஞ்: கொடுடா அவ்வளவையும் பத்திரப்படுத்திட்டு வர்றேன். *(பணம் நகை எல்லாவற்றையும் எடுத்துக்கொண்டு)*

வாஞ்: *அடே! சிங்காரவேல் முதலி — உன் வாழ்வை மொட்டையடிச்சாச்சு, பணத்திமிர் பிடிச்சு ஆடினியில அழகூர்ல லலிதா போனா அப்படியிப்படினு என்னென்னமோ பேசினான். இனிமே பேசுவியா? நல்லூர் ஜமீன்தாரருக்கு சந்திராவை கொடுன்னா சாம்பசிவத்த சந்திரா காதலிக்கிறா — நான் என் மகள் தரமாட்டேன்னு சொன்னியே இனிமே பார்ப்போம் உன் திமிரை. இந்த வாஞ்சிநாத சாஸ்திரி எத்தனை நாளைக்குத் தான் வாழைக்காய் வாங்கியே பிழைக்கிறது? இனிமே நான் தான் இந்த ஊருக்கு ராஜா! (பணத்தையும் நகைகளையும் மறைத்து விடுகிறான் வாஞ்சி,*

ராம்சிங்கிடம் சிறிது பணத்தை கொடுத்து) டேய் பொம்மன்! நீ பொழுது விடியிறதுக்குள்ளே ஓடி விடு. *(ராம்சிங் ஓடி விடுகிறான்)* பொழுது விடுஞ்சப்பிறகு பார்ப்போம் முதலியார் சமத்த.

(மயக்க மருந்தை மூக்கில் வைத்தபடி மயங்கி விழுகிறான் வாஞ்சி)

சிங்: *(எழுந்து)* ஆ, *(திகைக்கிறான்)* அடப்பாவி பிராமணா! எழுந்திருடா. என் சொத்தெல்லாம் போச்சே. ராம்சிங்கையும் காணோமே.டேய், எழுந்திருடா *(கதறுகிறார்)*

வா: லலிதா! ஏண்டி எழுப்புற?

சிங்: டேய் பாவி!

வா: எங்கே இருக்கேன்!

சிங்: அடப்பாவி எழுந்திருடா. என் சொத்துப் போச்சே.

வா: ராம்சிங் எங்கே?

சிங்: நம்ம ரெண்டு பேரையும் சொக்கு பொடி போட்டு மயக்கிட்டு எல்லாத்தையும் அடிச்சிக்கிட்டுப் போயிட்டானேடா.

வா: பகவானே!

சிங்: அது யாருடா ராம்சிங்!

வா: ஹிமாலயம்னு சொன்னான்.

சிங்: ஐயோ ! எங்கே போனானோ தெரியலையே.

வா: போலீஸ்ல சொன்னா கண்டுபிடிச்சுடுவா, வாங்க

சிங்: வேண்டாம். கோவில் திரு ஆபரணம் அதிலே இருக்கு. போலீஸ்ல சொன்னா ஆபத்து. அடப்பாவி! உன்பேச்சை நம்பி கெட்டேனே. கெட்டேனே.

வா: அம்பாள் ஆபரணம் வேற அதுல இருக்குன்னு சொல்றேன். நளச்சக்கரவர்த்தி கதை போல ஆகிப்போச்சே முதலியாருக்கு. அடபகவானே!

—★—

[துரைராஜ் மடாதிபதி போல் வேஷமிட்டு உபதேசம் புரிகிறான்]

துரை: *அரஹர நமப்பார்வதி பதே!*

சிஷ்யர் கூட்டம்: *அரஹர மகாதேவா!*

துரை: கந்தபூபதி இருப்புக்கணக்கு அறிக்கையை படி.

கந்த: ஆபரணங்கள் இருப்பு மூன்று லட்சத்து எண்ணூற்றி நாற்பத்தேழு ரூபாய் ஏழணா. ரொக்கம் இருப்பு ஒன்பது லட்சத்து தொளாயிரத்தி நாற்பத்தாறு ரூபாய் ஐந்தணா பதினோரு பைசா.

[பொட்டலங்களாக கட்டிக் கட்டி வைக்கப்பட்டிருக்கிறது முன்னால், துரைராஜ் ஒவ்வொன்றாக எடுத்து]

துரை: இதில் ஒரு லட்சத்தை வேலையற்றோர் உதவிக்காக சர்க்காருக்கு அனுப்பு. இரு—பாடுபட்டு பாடுபட்டு உருக்குலைந்தவர்களை விட்டு விட்டு ஊரிலுள்ள ஊதாரிகளுக்குத் தருகிறார்களாம் சர்க்கார். வேண்டாம். வேண்டாம். அவர்களுக்கு உழைப்பாளிகள் யார் என்பது தெரியாது. வேறு யாருக்கு அனுப்பலாம்! வினோபாவுக்கு அனுப்பு. இதை நடைப்பாதை செப்பனிடுவதற்குக்கொடு. இதை இசை வளர்ச்சிக்கும் இரவு பள்ளிகளுக்கும் பயன்படுத்து. இதை அரியலூர் ரெயில் விபத்தால் அவதிப்பட்டுள்ள குடும்பங்களுக்குக் கொடு. இதை வேலையல்லாதவர்களுக்கு வேலை கொடுக்க நல்ல தொழிற்சாலைகளை கட்டிக் கொடு. *(கந்தபூபதி முகத்தைச் சுழிக்கிறான்)* கவலைப்படாதே அப்பனே! எல்லாம் அவனருள் போல நடக்கும். நான் இப்படிச் செய்வது எல்லோருக்கும் வியப்பாகவும் மகிழ்ச்சியுகமாகத்தானிருக்கும். ஆனால் முருகதாசருக்கும் கந்தபூபதிக்கும் வேம்பாக இருக்கும். நான் இப்படி வாரி வழங்கியதற்கு எல்லோரும் காரணம் கேட்கலாம். நேற்று நான் படுத்து உறங்கிக் கொண்டிருக்கும் போது இமயமலையில் எழுந்தருளி கைலாயத்தில் பள்ளிகொண்டிருக்கும் என்அப்பன் அறன் என் கனவிலே வந்தார். நான் அவரை நமஸ்கரித்து நின்றேன். என்னப்பன் என்னைப் பார்த்து அடமூடா! நீ நன்றாக வேளாவேளை உண்டு கொழுத்து உறங்குகிறாய், நாட்டிலே உள்ள லட்சோப லட்ச மக்கள் ஒரு வேளை சாப்பாட்டிற்கு விதியற்று மடிகிறார்களே அவர்கள் உன் கண்களுக்கு தெரியவில்லையா எனக் கேட்டார். நீ பீதாம்பரம் உடுத்தியிருக்கிறாய். அவர்கள் உடுத்திருப்பது கந்தல் துணி நீபட்டுமெத்தையிலே படுத்திருக்கிறாய் அவர்களுக்கு கிழிந்த பாய் கூட கிடைக்காமல் அவதியுறுகிறார்கள். உனக்கு கோவில் போல வீடு. அவர்களுக்கு நண்டுத்தொண்டு போல கூடு. உனக்கு

இவைகளைப் பார்த்தபிறகும் ரத்தம் கொதிக்கவில்லையா என்று கேட்டபடி கடுங்கோபமாக இருந்தார். நான் பயப்படவில்லை. அறனாரை நோக்கினேன். ஏன்? ஏறிட்டுப் பார்த்தேன். அவரவர் கர்ம வினைப்படி நடக்கும் என்றேன். அறனாரின் முகம் கோபத்தால் சிவந்தது. திரிபுரம் எரித்தவர் போல் ஆடினார். என் தலை சுழன்றது.

ஒருவன்: *அப்படியா! பிறகு!*

துரை: என் உருவம் போலவே இருக்கும். அதை என் உடலிலிருந்து பிரித்து எடுத்தார் அறன். அதுதான்என்னை பிடித்திருந்த அஞ்ஞான சொரூபம். உன் அடியேனை ஏற்றுக் கொள்ளுங்கள் என்று கை கூப்பி நின்றேன். உன்னால் நடைபெறவிருக்கும் காரியங்கள் அநேகம் இருக்கின்றன — அவைகளை முடித்துவிட்டு என் பாதார விந்தங்களை அடைவாய் என்று அருள் கூறினார். நீ எங்கு சென்றாலும் நான் உன்னை விட மாட்டேன் நாளை மீண்டும் வருவேன் என்று ஓங்கார கூச்சலிட்டுக்கொண்டு அஞ்ஞானம் அலறி ஓடியது. சிவன் மறைந்தார். நான் தனியானேன். மறுபடியும் அஞ்ஞானம் வந்து விட்டால் என்ன செய்வது என்று பயமாக இருக்கிறது எனக்கு.

மடாதி: *(ஓடிவந்து பார்த்து) யாரடா அது ? நான் இல்லாத போது வசந்த மண்டபத்தில் நுழைந்தது?*

துரை: பார்த்தீர்களா பக்தகோடிகளே ! மறுபடியும் அஞ்ஞானம் வந்துவிட்டது.

மடாதி: *யாரடா அஞ்ஞானம். என்ன இதெல்லாம்.*

துரை: *அறன் சொன்ன அஞ்ஞானம் என்னைவிடாமல் துரத்திக்கொண்டு வந்துவிட்டது. அடித்துவிரட்டுங்கள் விடாதீர்கள்.*

(எல்லோரும் அடிக்கிறார்கள் மடாதிபதியை. அவர் அலறியபடி ஓடுகிறார்)

—★—

[துரைராஜ் மடாதிபதிவேடத்தை கலைத்துவிட்டு மாறு வேடத்துடன் மடாலய நகைகளையும் பணத்தையும் எடுத்து வந்து மாயேந்திரன் என்றபெயரில் ஜெமீந்தாரராகிறான். மடத்தில் உடனிருந்த வெள்ளை என்பவனிடம்]

மாயே: மடாலயத்தில் என்னடா பேசிக்கொள்கிறார்கள்?

வெள்ளை: சாமி ஜோதியிலே கலந்துட்டதாக சொன்னாக.

மாயே: மடாலய மன்னார்சாமிகள் நம்பிவிட்டார்களா?

வெள்ளை: ஆமாங்க சாமி!

மாயே: *ஏண்டா? நான் என்ன பரம்பரை சாமியா ? என்னை ஏண்டா சாமியினு கூப்பிடுற ? இப்ப யாருடா மடாதிபதி?*

வெள்: அதுதாங்க தகறாரா இருக்கு, முருகதாசரா—கந்த பூபதியான்னு இன்னும்தெரியல! அப்போ நீங்க உண்மையான மடாதிபதி இல்லைங்களா?

மாயே: *முருகதாசரும் — கந்த பூபதியும் சேர்ந்து மடாதிபதியை ஒழிக்கச் சொன்னார்கள் என்னிடம். நான் அங்கு ஒரு கபடநாடகமாடினேன். அவர்கள் என்னை பயன்படுத்தினார்கள். நான் அவர்களை பயன்படுத்திக் கொண்டேன்.*

வெள்: *அப்படியாசாமி!*

மாயே: *மறுபடியும் சாமியினு சொல்றியே. என் பெயர் மாயேந்திரன்.*

வெள்: *சரிங்க.*

மாயே: *இது அழகர் மடாலயமுமில்லை. நானும் அழகர் மடாதிபதியில்லை. நீ இங்கு என் சிஷ்யனுமில்லை. நீ என் மெய்க்காப்பாளனாக இரு. நான் சில கொள்கைகள் நிறைவேற மக்களுக்காகப் பாடுபடப்போகிறேன். யார் வந்து எது சொன்னாலும் சரி என்று கேட்டுக்கொள். எது கேட்டாலும் தெரியாது என்று கூறிவிடவேண்டும். வா!*

(பணத்தை பறிகொடுத்து விட்டு வெறிபிடித்த நிலையிலிருக்கிறார் சிங்கார வேலர், வாஞ்சிநாத சாஸ்திரியும் உடனிருக்கிறான். அத்தை வீடு சென்றிருந்த சந்திரா திரும்பிவந்து தந்தையைப் பார்த்து)

சந்: *என்னப்பா உடம்புக்கு? ஏன் தலைவிரிகோலமா இருக்கிறீங்க?*

வாஞ்: *பெரிய விபத்து ஏற்பட்டுப் போச்சுது.*

சந்: *விபத்தா?*

வாஞ்: உன் தந்தைக்கு பெரிய ஆபத்து.

சந்: ஆபத்தா? என்ன இது புரியும்படி சொல்லுங்களே?

சிங்: சந்திரா? என் அருமை மகளே! நடந்ததை சொல்லக் கூடாது. உன் காதில் நாராசம் பாய்ச்சியது போலிருக்கும். ஆனால்...

சந்: என்னப்பா அது?

சிங்: அடுத்த வெள்ளிக்கிழமை முகூர்த்தம்.

வாஞ்: திவ்யமான நாள்.

சந்: யாருக்கப்பா திருமணம்?

சிங்: உனக்குத்தானம்மா.

சந்: எனக்கா? அதை இன்றைக்கு ஏனப்பா சொல்கிறீர் கள்? நாளை உனக்கு திருமணம் என்று, வியாழக்கிழமை வந்து வண்டியிலேறு என்று கூறுவதுதானே! மாப்பிள்ளை அவர் தானே?

சிங் : இல்லையம்மா, ஒரு ஜெமீன்தார்.

சந்: என் காதலர் சாம்பசிவமில்லையா? ஆ! என்னப்பா இது? யார் செய்த முடிவு இது? ஏனப்பா பேச மறுக்கிறீர்கள்? ஆட்டை வளர்ப்பது கறிக்காகத்தானே தவிர அதன் மீதுள்ள பாசத்தால் இல்லை என்பதை இப்போது தான்

தெரிந்துகொண்டேன். இருந்தாலும் நான் இதற்கு சம்மதிக்க மாட்டேன்.

சிங்: சந்திரா என் பேச்சை மறுக்காதே. இதற்காகவா உன்னை என் கண் இமைபோல வளர்த்தேன்?

சந்: பஞ்சவர்ணக் கிளியை வளர்த்து பூனைகளிடம் பறி கொடுத்திருப்பதை கதைகளில்தான் படித்திருக்கிறேன். இப்போது அதை நேரிலேயே காண்கிறேன்.

சிங்: நல்லூரானுக்கு வாக்குச் கொடுத்து விட்டேன் சந்திரா. அவருக்கென்ன? பெரிய பணக்காரர்!

சந்: எனக்கும் அவர் பணத்துக்குமா கல்யாணம்!

சிங்: உன் கலியாணத்தை நான் பார்த்துத்தானே நடத்த வேண்டும்.

சந்: எனக்கு சாம்பசிவம்தான் மாப்பிள்ளை என்று முடிவு செய்துவிட்டேன் அதை மாற்ற முடியாது. அப்பா தாங்கள் அதை மறுக்கக்கூடாது.

சிங்: பெண்கள் திருமணத்தை பெற்றோர்தானம்மா நடத்த வேண்டும். உன் தாய் கல்யாணம் — உன் பாட்டி கல்யாணம் எல்லாம் பரம்பரை பரம்பரையாக பெற்றோர்கள் பார்த்து அவர்களுக்கு பிடித்தமானவர்களுக்குத் தான் நடத்தி வந்திருக்கிறார்கள்.

சந்: அப்பா! உங்களை மன்றாடி கேட்டுக் கொள்கிறேன். என்னை கன்னியாக்கிவிட வேண்டாம் அப்பா.

சிங்: எப்படியானாலும் சரி, உனக்கும் நல்லூர் ஜெமீன்தாரருக்கும் வெள்ளிக்கிழமை கல்யாணம். அதற்குத்தயாராயிரு.

சந்: வியாழக்கிழமை என் பிணத்தைத்தான் பார்ப்பீர்கள்.

சிங்: மிரட்டுகிறாயா?

சந்: ஒரு பெண் என்ன செய்து விடுவாள் என்று தானே எண்ணுகிறீர்கள். அதையும் பாருங்கள்.

சிங்: சந்திரா!

சந்: நீர் பெற்றீர் வளர்த்தீர். சந்தையில் விற்கும் பொருளைப் போல யாரோ ஒருவருக்கு என்னை விற்க தயாராயிருக்கிறீர். அதற்கு இவர் தரகர்.

சிங்: சந்திரா என் கோபத்தை அதிகமாக்காதே. உன்னை அடிமையாக்குவதற்கா நல்லூர் ஜமீன்தாரருக்கு மனைவியாக்குகிறேன். அவரிடம் ஏராளமான சொத்து இருக்கிறது எனக்குப் பின் நீ சுகமாக கஷ்டப்படாமல் வாழ வேண்டுமென்றுதான் அவருக்கு உன்னை திருமணம் செய்கிறேன். அதனால் எனக்கும் அந்தஸ்து ஏற்படும்.

சந்: ஜமீன்தாரருக்கு மனைவியாக்கினால் உங்களுக்கு அந்தஸ்து ஏற்படும். அதைவிட ஒரு ராஜாவுக்கு என்னை வைப்பாட்டியாக்கினால் இன்னும் அந்தஸ்து அதிகமாகுமே. *(கன்னத்தில் அடித்து விடுகிறார்).*

சிங்: சந்திரா! உன்னை விபசாரியாக்கி நான் மகிழவா வேண்டும். தந்தையே மகளை விபசாரியாக்குவதா— ஐயோ!

(அலறுகிறார்) சந்திரா — சந்திரா, நீ எனக்காக ஜமீன்தாரரின் கல்யாணத்திற்கு ஒப்புக்கொள்ள வேண்டாம். வேண்டாம். இதுவரை உன்னை கடுமையாக ஒரு சொல் கூட சொல்லாத நான் இன்று உன்னை அடித்து விட்டேன் ஐயோ உன் கன்னம் சிவந்து விட்டதே. அழாதே. நான் எக்கேடு கெட்டாலும் நான் கவலைப்பட மாட்டேன்.

வாஞ்: முதலியார் வாள் இது என்ன பேச்சு?

சிங் : என் மகளை நான் வற்புறுத்த மாட்டேன். அது கண் கலங்குவதை காண மாட்டேன்.

வாஞ்: குழந்தை விஷயம் புரியாம பேசுது. அதைப் பார்த்தா நடக்குமோ?

சிங்: கண் இருக்கிறதே.

வாஞ்: சிறையிலே வாட வேண்டுமே.

சந்: என்ன சிறையா? ஏன்

வாஞ்: அவ்வளவு பெரிய விஷயம் நடந்திருக்கு.

சந்: என்னய்யா புரோகிதரே. விளக்கமாகச் சொல்லுங்கள்.

சிங்: வேண்டாம் வேண்டாம். சொல்ல வேண்டாம்.

வாஞ்: சொத்து பூராவும் கொள்ளை போய்விட்டது

சந்: சந்திரா என்னென்னமோ பேசுகிறீர்களே.

வா: யாரோ ஒரு பாவி எங்களுக்கு எப்படியோ மயக்க மருந்தை கொடுத்துவிட்டு சொத்து பூறாவையும் கொண்டு போயிட்டான். அதுதான் உங்கப்பா கண் கலங்குகிறார்.

சந்: சொத்துதானே அப்பா என்னை பணக்காரியாக்கியது. இப்போது ஏழையாகி விட்டேன். எப்படியும் நானும் அவரும் உழைத்து சாப்பிடுவோம்.

வா: இப்போ கொள்ளை போன சொத்துல கோவில் சொத்தும் இருந்தது. திடீர்னு நாளை சோதனை போட்டா உன் அப்பா கூண்டிலேறி நிக்கணும்.

சந்: ஐயோ, சொல்லாதீர்கள் அப்படி.

சிங்: மோசக்காரன் என்று போலீஸ் தூற்றுவரர்கள் பெரிய மனிதனின் யோக்கியதையைப் பாருங்கள் என்று மக்கள் ஏசுவார்கள்.

சந்: போதும்! (சிறிது யோசனை செய்து) கோவில் நகைகளை திருவிழாவின் போதுதானே எல்லோரும் காணவேண்டும் அதற்குள் எப்படியாவது வாங்கி விடலாம்.

வா: அடுத்த மாதந்தானே திருவிழா.

சிங்: பரவாயில்லை. என்னைப்பற்றி கவலையில்லை. "நீ சாம்பசிவத்தோடு சந்தோஷமாக இரு" பிறகு நடந்தபடி நடக்கட்டும்.

சந்: அப்பா! என்னை இவ்வளவு அருமையாக வளர்த்த தாங்கள் என்னை சந்தோஷமாக இருக்கச் செய்து விட்டு

தாங்கள் துன்பப்பட்டால் அதை நான் பார்த்துக்கொண்டிருக்க முடியுமா. என் துன்பத்தை காண சகியாத தாங்கள் எப்படியோ அப்படியேதான் நானும். புரோகிதரே! அடுத்த வெள்ளிக்கிழமை நல்லூர் ஜெமீன்தாரருக்கு நான் நாயகி. அப்பா! விபரம் தெரியாமல் ஏதேதோ பேசி விட்டேனே, என்னை மன்னித்து விடுங்களப்பா. புரோகிதரே உடனே போய்ச் சொல்லும்.

சிங்: *மகளே! நீ என் மகளல்ல தெய்வம்!*

(காலில் விழுகிறாள்)

சந்: *அப்பா! (அலறியபடி தூக்கி அணைத்துக் கொள்கிறாள்)*

வா: *போகிற போக்கில் சாம்பசிவத்திடமும் சொல்லிவிடுகிறேன். அவரவர்களுக்கு எங்கே முடி போட்டிருக்கோ அதுபோலதானே நடக்கும்.*

சந்: *(ஆத்திரமாக) புரோகிதரே! நீர் நல்லூர் போய் சொல்லி வாரும் முதலில்.*

(புரோகிதரும் சிங்கார வேலரும் போகின்றனர். சந்திரா சோகமாக பாடுகிறாள்)

"இன்பங்காணுவேனா" — பாடல்.

(திருமணம் முடிந்துவிடுகிறது. ஒருநாள் வாஞ்சிநாத சாஸ்திரி தெருவில் வாழைப்பழம் சாப்பிட்டுக் கொண்டே வருகிறார். எதிரே விஷ்ணு பக்தர் ஒருவர் வருகிறார்)

விஷ்ணு: *என்ன சாஸ்திரிகளே! இதை ஆத்துலேயே சாப்பிட்டுட்டு வரப்படாது? வீதியிலயா சாப்பிடுறது? முதலியார் மகள் கல்யாணத்துல நல்ல சான்சாமே!*

வாஞ்: பெரிய மனுஷ்யாளண்ட கேட்பதாவது. ஏன் ஓய் நீர் வைஷ்னுவா தானா?

வீஷ்: ஆமா ஓய்! என்ன கெடச்சது அதைச் சொல்லும்.

வாஞ்: உம்மகிட்ட கெடச்சத சொல்றதுல தோஷமில்ல. ஆயிரம் கெடச்சது ஓய்!

வீஷ்: ஆயிரமா!? பிறாமணாள் சாப்பாட்டுக்கு எவ்வளவு செலவு?

வாஞ்: ஆள் ஒண்ணுக்கு அஞ்சு ரூபாய்க்கு குறைவிருக்காது எத்தனை வகைவகையான பொரியல்! நெய் விட்டாங்க பாரு! அப்படியே கையினாலே வாங்கி குடிச்சோம்.

வீஷ்: ஆத்துக்கு எவ்வளவு கொண்டு வந்தேள்?

வாஞ்: ரெண்டுவீசை நெய் வீட்டுக்கு வாங்கி வந்தேன்.

வீஷ்: உனக்கு என்ன ஓய் முதலியார் ஆம்புட்டார். சைவம்ல!

வாஞ்: சும்மா இரும் ஓய்! எங்களுக்கு விஷ்ணுவைரின்னோ !

வீஷ்: எங்க விஷ்ணுவைப்பற்றி பேச வந்துட்டீரே. சிவனுக்கு என்ன ஓய் யோக்கியதை இருக்கு?

வாஞ்: கோகுலத்துப் பெண்களோட மானத்த கெடுத்தவன் தானே விஷ்ணு!

வீஷ்: *தாருகாவனத்து ரிஷிகளோட பத்தினிகளைக் கெடுத்தவன் தானே உம்ம சிவன்.*

வாஞ்: *உங்க கிருஷ்ணன் சேலைகளைத் திருடினானே.*

வீஷ்: *உம்ம சிவன் பார்வதி இருக்கச்சே கங்கையை தூக்கி வெச்சுண்டு ஆடினானே.*

வாஞ்: *உம்ம கிருஷ்ணன் வெண்ணைய திருடினானே.*

வீஷ்: *உம்ம சிவன் விஷம் சாப்பிட்டானே.*

வாஞ்: *ஓய் வரதாச்சாரி! உங்களை காப்பாத்தத்தானே ஓய் எங்க சிவன் விஷம் சாப்பிட்டாரு. என்ன? நீர் இந்த சுயமரியாதைக்காரங்க மாதிரி பேசுறீர்.*

வீஷ்: *உம்ம சிவன் பிள்ளைகறி சாப்பிட்டாரே ஓய்! மகா கேவலம். உமக்கு வெட்கமா இல்ல?*

வாஞ்: *இங்க வாரும் ஓய்! மகாவிஷ்ணு வராகவதாரம் எடுத்தாருல அதுக்கு என்ன ஓய் ஆகாரம்!*

வீஷ்: *என்ன ?*

வாஞ்: *வராகவதாரத்துக்கு என்ன ஆகாரம்னேன்?*

வீஷ்: *என்ன ஓய் உமக்கு வாய் துடுத்துப் போச்சு!*

வாஞ்: *நீர்தானே ஓய் வம்புக்கு வந்தீர்.*

(அவ்வழியே வந்த வீரன்)

வீரன்: *இங்க வாங்கய்யா! இப்ப நீங்க ரெண்டுபேரும் மண் சாப்பிடணும்.*

வாஞ்: *மண்ணா? எதுக்கு?*

வீரன்: *அரியும் சிவனும் ஒன்னு. அத அறியாதவன் வாயில் மண்ணு!*

(இருவரும் விழித்தபடி செல்கின்றனர்)

—★—

(சிங்காரவேலர் கணக்குப் பார்த்துக் கொண்டிருக்கிறார். வாஞ்சிநாதர் வந்து)

வாஞ்: *என்ன முதலியார்வாள்! அப்படியே லயத்துட்டீரே அது என்ன பாகவதமா?*

சிங்: *கும்பாபிஷேக வரவு செலவு கணக்குயா. வயிறு எறியுது. மூவாயிரம் ரூபா செலவாகியிருக்கு.*

வாஞ்: *ஏழெட்டாயிரம் செலவழிஞ்சுட்டதா சொன்னீரே.*

சிங்: *வயிறு எறியுது. அடுத்த வெள்ளிக்கிழமை லட்சதீபம் வேற ! அது சரி இப்ப எங்கே வந்தீர்?*

வா: *நல்லூர் சம்பந்தம் முடிந்ததானா பகவானுக்கு ஆயிரம் ரூபாயில் அபிஷேகம் செய்துவைக்கிறதாக நான் பிரார்த்தனை*

செய்துண்டிருந்தேன். பகவானோட கிருபாகடாட்சத்தாலே நல்லூர் சம்பந்தம் ஏற்பட்டு, கோயில் திருவாபரணம் செய்யும் சௌகரியமும் ஏற்பட்டு உமக்கு வந்த ஆபத்தும் ஒழிஞ்சுபோச்சு பாருங்கோ அதனாலே ஒரு ஆயிரம் ரூபா கொடுத்தா அபிஷேகத்தை ஜாம்ஜாம்னு நடத்திடுறேன்.

தந்தி பியூன்: *(வந்து) சார் தந்தி! (முதலியார் வாங்கினார்)*

வா: மாப்பிள்ளை வர்ரதுக்கு தந்தி கொடுத்திருப்பர்.

சிங்: *(தந்தியை படித்துவிட்டு)* ஆ! *அடப்பாவி! அய்யய்யோ (அலறுகிறார்)* என் மகளுக்கு ஒரு குறைவும் வராதென்று சொன்னாயேடா பாவி பிராமணா! கல்யாணம் செஞ்சு ஒரு மாதங்கூட ஆகவில்லையே! போய்விட்டானாமே என் மருமகன். அய்யோ?

(வாஞ்சிநாதர் நழுவி விடுகிறார்)

(சாம்பசிவம் தோட்டத்தில் தனிமையில் நின்று புலம்புகிறான்)

சாம்: என்ன வாழ்வு! என்னை மணம் செய்து கொள்ள மறுத்து ஜெமீன்தாரருக்கு மாலையிடப் போவதை காண சகிக்காமல், சந்திராவை மறந்துவிட முடிவுசெய்து வெளியூர்களைச் சுற்றியலைந்தேன். மீண்டும் ஊருக்கு நண்பர்களைக் காண வந்தேன். ஒரு மாதத்திற்குள் சந்திரா விதவையாகி விட்டாளாம். அய்யோ! உலகமறியாதவள்? *(சற்று உலாத்திவிட்டு)* இங்கு சந்திரா வருவதாக கூறியனுப்பினான். இன்னும் காணோமே. அவளைக் கண்டால் என் கைகள் என்னையுமறியாமல் அவளை தழுவ தாவுமே, எப்படி சமாளிப்பேன். *(முல்புலைச் செடியைப் பார்த்து)* இதே முல்லைச் செடிக்குக் கீழே தான் நாங்கள் உட்கார்ந்து காதல்

மொழி பேசிக் கழித்தோம். இங்குதான் எங்கள் காதல் ஆரம்பித்து வளர்ந்தது. *(விதவைக்கோலத்தோடு சந்திரா வருகிறாள்)* சந்திரா! கண்ணே! *(பிடிக்க ஓடுகிறான்)*

சந்: தொடாதீர்கள் என்னை. நான் உங்களை சகிக்கமுடியாத துன்பத்திலாழ்த்தி விட்டேன். என்னை மன்னித்துவிடுங்கள்.

சாம்: கவலைப்படாதே சந்திரா !

சந்: உங்களை ஏமாற்றி விட்டேன்.

சாம்: அதனாலென்ன?

சந்: எவ்வளவு வெள்ளை உள்ளம்.

சாம்: நெடுநாட்களாக பிரிந்திருந்த இருமணமும் ஒன்றுசேர்ந்தால் அனுபவித்த இன்னல்கள் கணத்தில் மறைந்து விடும் சந்திரா.

சந்: ஜெமீன்தார் பின் சென்றாள். இப்போது தங்களோடு சேர்ந்து கொஞ்சுகிறாளென்று ஊர் பேசும். வேண்டாம்.

சாம்: இரும்போடு ஒன்றிவிட்ட காந்தத்தை பிரிக்கமுடியுமா சந்திரா, இருளுக்குள் மறைந்த சந்திரன் போல உன் மொழி மறுக்கிறது. ஆனால் உன் விழி அழைக்கிறது. கண்ணே இந்த ஏழைக்கு இறங்கு.

சந்: சிங்காரவேலர் ஏழையாகிவிட்டார். நல்லூராரை என் மனதால் விரும்பிபோகவில்லை. இதை தங்களிடம் கூற வேண்டுமென்றுதான் இங்கு வரவழைத்தேன்.

சாம்: உண்மையாகவா? நல்லூராளை நீ விரும்பவில்லையா?

சந்: ஆம் ஆனால்...

சாம்: என்ன நடந்தது?

சந்: யாரோ ஒருவன் என் தந்தையை ஏமாற்றிவிட்டு சொத்துக்களை அபகரித்துக்கொண்டு மறைந்து விட்டான். களவுபோன சொத்துக்களில் கோவில் திருவாபரணமும் போய்விட்டது. நாளை திருவாபரணம் எங்கே என்று கேட்டால் என்னபதில் சொல்வது என்று தந்தை கலங்கினார். நல்லூராருக்கு என்னை மணமுடித்து விட்டால் களவுபோன நகைகளை வேறு வாங்கிவிடலாமென்று என்னைக் கெஞ்சினார், நான் முதலில் மறுத்தேன். அவர் சிறைக்குசென்று கஷ்டப்படுவதை என்னால் காணமுடியா தென்று பிறகு தந்தைக்காக இந்த தியாகம் செய்ய தயாரானேன்.

சாம்: (மகிழ்ச்சியாக) அப்படியா சந்திரா ! நான் ஒன்று சொல்லப்போகிறேன் மறுக்கமாட்டாயே.

சந்: நான் அதை மறுப்பேனா? நான் என்றும் உங்களுடையவள் தானே.

சா: அப்படியானால் உன் தந்தையிடம் கூறி நமது மறு மணத்திற்கு விரைவில் ஏற்பாடு செய்யச்சொல்

சந்: என் தந்தை ஒப்புக்கொள்வாரா? அவர்தான் வைதீக வெறியராயிற்றே?

சாம்: *அப்படியானால் இன்னும் நமது இன்ப வாழ்விற்கு இடையூறு செய்வாரா?*

சந்: *இனிவிலகி நில்லுங்களென்று துணிந்து கூறுவேன்.*

சாம்: *வெற்றி நிச்சயம்.நமது ஊருக்கு மாயேந்திரன் என்று யாரோ ஒரு ஜமீந்தார் வந்திருக்கிறாராம். அவர் இதைப் போன்ற சீர்த்திருத்தங்களுக்கு ஆதரவு தருகின்றாராம். ஏழைகளை ஆதரிக்கின்றாராம். நாமும் அவரை அணுகி விரைவில் மறுமணத்திற்கு ஏற்பாடு செய்வோம். எங்கே கொஞ்சம் சிரி. (சிரிக்கிறாள்) மலர்ந்தது வாழ்வு! மீண்டும் வாழ்வைப் பெற்றேன்.*

—★—

(மாயேந்திரனாக மாறியிருக்கும் துரைராஜ் வேலைக்கார வெள்ளையனோடு பேசிக்கொண்டிருக்கிறார்.)

மாயே: *வெள்ளை! வெள்ளை! டேய்!*

வெள்ளை: *எசமான் கூப்பிட்டிங்களா?*

மாயே: *ஏண்டா உங்க அப்பா உன்னைவிட முட்டாளா இருந்திருப்பாரோ?*

வெள்: *ஏனுங்க எசமான்?*

மாயே: *உனக்குப் போயி வெள்ளையிணு பேர் வச்சிருக்காரு பாரு. நீயோ கருப்பா இருக்கிற...........*

வெள்: எனக்குப் பேர் வச்சது எங்கப்பா இல்லைங்க. எங்க ஊர் ஐயரு வச்சதுங்க.

மாயே: ஐயருக சொல்றதுக்கு என்னடா. அக்கிரமக்காரனுக்கு புண்ணியகோடியினு பேர் இருக்கும். நொண்டிக்கு தாண்டவராயன்னு பேர் வைப்பாரு.

வெள்: அதுபோல தானுங்க எனக்கும்.

மாயே: அது சரி...... ஊருல எல்லாரும் என்னைப்பற்றி என்னடா சொல்றாக.

வெள்: தர்மராசான்னு சொல்லிக்கிடுறாக எசமான்.

மாயே: அப்படிச் சொன்னவக நீ சும்மாவாடா விட்டுட்டு வந்தே?

வெள்: ஏன் எசமான். உங்களைப் புகழ்ந்துதான் எசமான் பேசிக்கிடுறாக. தர்மராசாங்கிறது எவ்வளவு நல்லா இருக்குது பேரு.

மாயே: ஏண்டா தர்மராசாங்கிறது நல்ல பேறா?

வெள்: பின்ன இல்லைங்களா? நீங்க எல்லாருக்கும் உதவி செய்யிறீங்க. அதுனால தர்மர் மாதிரியினு சொல்றாக. இதுல தப்பு என்னங்க இருக்கு?

மாயே: அவன் அஞ்சுக்கு ஒன்னு லிமிட்டெட் கம்பெணி வச்சிருந்தானடா.

வெள்: அது என்னங்க லிமிடெட் கம்பெனி?

மாயே: தருமர் யாருடா?

வெள்: பஞ்சபாண்டவர்களில் மூத்தவருங்க.

மாயே: பஞ்சபாண்டவர் யார் யாருடா?

வெள்: தருமன்- பீமன்- அர்ச்சுணன்- நகுலன்-- சகாதேவன்.

மாயே: இந்த அஞ்சு பேரையும் நீ பார்த்திருக்கிறியா?

வெள்: இல்லைங்க எசமான். இருந்ததாக எங்க அப்பா எனக்குச் சொன்னாருங்க.

மாயே: உங்க அப்பா பார்த்தாராமா?

வெள்: அவருக்கு அவக அப்பா சொன்னாருங்களாம்.

மாயே: அவரு பார்த்தாராம்மா?

வெள்: தெரியாதுங்க எசமான்.

மாயே: அது சரி! இந்த அஞ்சு பேருக்கும் பெண்டாட்டி யாருடா?

வெள்: திரௌபதையின்னு பேருங்க.

மாயே: அதுதாண்டா சொன்னேன். அஞ்சுக்கு ஒன்னு லிமிடெட்டுன்னு. நான் ஒருத்தன் தானடா. எனக்கு இன்னும் கல்யாணமே ஆகலேயடா. நான் எப்படிடா தர்மராவேன்? என்னை எல்லாரும் புகழ்றாகன்னா உண்மையா நடக்கிறாரு — ஊருக்கு உழைக்கிறாருன்னுலடா சொல்லணும். இனிமே யாரும் என்னை தர்மராசான்னு சொன்னா அப்படிச் சொல்லக் கூடாதுன்னு சொல்லு.

வெள்: ஆகட்டுங்க எசமான்.

மாயே: கடைவீதியிலே யாருட்டயோ சொன்னியாமே — எங்க எசமான் ஊருக்கு நல்லதுதான் செய்கிறாரு. ஆனா கோயிலில இருக்கிறதெல்லாம் கல்லுன்னு சொல்றாருன்னு சொன்னியாமே! அப்படியா சொன்னே? கோயில்லே கல் இல்லாம வேறே என்னடா இருக்கு?

வெள்: சாமிதானுங்க எசமான் இருக்கு.

மாயே: சாமியா? இங்க வாடா. (வருகிறான் பக்கத்தில்) ஒரு காலைத் தூக்குடா. கையை இப்படி வைடா. (நடராஜர் சிதம்பரத்திலிருப்பதுபோல் நிற்கச் செய்கிறார். நிற்கிறான் வெள்ளை. பத்திரிகை படித்துக்கொண்டிருக்கிறார் மாயேந்திரன். (வெள்ளை காலை ஊண்டுகிறான்) டேய் தூக்குடா காலை. நில்லுடா.(மறுபடியம் காலை தூக்கி சிறிது நேரம் நின்றுவிட்டு காலை ஊண்டுகிறான்) டேய் ஏண்டா ஊண்டுன? தூக்குடா காலை.

வெள்: கால் வலிக்குதுங்க எசமான்.

மாயே: ஏண்டா ரெண்டு நிமிஷம் நிக்கிறதுக்கே கால் வலிக்குத்துன்னு சொல்றியே — அப்பத் தூக்கின காலை இன்னும் கீழே ஊண்டாமே இருக்குதேடா.

வெள்: *எங்கே எசமான்?*

மாயே: *சிதம்பரத்திலே.*

வெள்: *அது கல்லு எசமான்.*

மாயே: *என்ன அது கல்லா? ஏண்டா கல்லுண்ணு சொன்ன? கல்லை கல்னு நீ சொன்னா என்ன? — நான் சொன்னா என்ன ? ஏனடா எசமான் கல்னு சொல்றாருனு எல்லார்கிட்டேயும் போய் சொல்ற?*

வெள்: *இனிமே சொல்லமாட்டேனுங்க எசமான்.*

மாயே: *யாரோ ஒரு கடைக்காரர்கிட்ட சொன்னியாம் எங்க எசமான் சாமியே கும்பிடமாட்டேங்கிறாருன்னு*

வெள்: *நீங்க எப்ப எசமான் கும்பிட்டீங்க?*

மாயே: *நான் சாமி கும்பிடாமே இருக்கிறேன்னு உனக்குத் தெரியுமா? நான் கும்பிடுகிற சாமியே வேறடா. அது சரி. நீ எந்த சாமிய கும்பிடச் சொல்ற? சொல்லு.*

மாயே: *பரமசிவனையா? ஏண்டா—அவர் தாருகா வனத்து ரிஷிகள சோதிக்கிறேன்னு சாக்கு வச்சிக்சிட்டு, அங்கே எத்தனை ரிஷி பத்தினிகளோட கற்பைக் கெடுத்தாரு? இப்ப நாமும் அவரைக் கும்பிடுறோம்னு வச்சுக்க. நம்ம பக்தியையும் சோதிக்கனும்னு அவர் ஏற்பாடு பண்ணி நம்ம வீட்டுக்கும் வந்துட்டாருனா என்னடா செய்கிறது? வேண்டாம்டா வேண்டாம். வேறே சாமிய சொல்லு.*

வெள்: *மகா விஷ்ணுவ கும்பிடலாம்ல எசமான்.*

மாயே: *அவரு எப்பவோ போய் ஆழ்கடல் மத்தியில் துயிலப் போனவரு இன்னைக்கு வரைக்கும் எழிந்திருக்கவே இல்லையேடா. அவருக்கு நம்ம கும்பிடுறதெல்லாம் எங்க தெரியப் போகுது? வேற சாமி சொல்லு.*

வெள்: *விநாயகரைக் கும்பிடலாம்ல எசமான்.*

மாயே: *ஏண்டா ஒரு மனுஷன் சாமி கும்பிடனும்னா தன் தன் குடும்ப கஷ்டம் தீரணும்னுதானடா கும்பிடுவான். விநாயகருக்குத்தான் இன்னும் கல்யாணமே ஆகலையே. அவருக்கு எப்படிடா குடும்ப கஷ்டம் தெரியும்?*

வெள்: *சுப்பிரமணியரைக் கும்பிடலாங்களே.*

மாயே: *அது சட்ட விரோதமான சாமியாச்சே!*

வெள்: *ஏனுங்க?*

மாயே: *நம்ம கவர்ண்மெண்டுல ஒரு பெண்டாட்டி இருக்கும்போது ரெண்டாவது கல்யாணம் செய்யக்கூடாதுன்னு சட்டம் இருக்கு. சுப்பிரமணியருக்கோ வள்ளி- தெய்வயானையின்னு ரெண்டு பெண்டாட்டி இருக்கு. சட்ட விரோதமான சாமிய கும்பிடக் கூடாதுடா. வேண்டாம். நல்ல சாமியா- நாணயமான சாமியா பார்த்து சொல்லு. நான் கும்பிடுறேன்.*

வெள்: *அப்படிப்பட்ட சாமி ஏதுங்க எசமான்.*

மாயே: நம்மசாமி, சிறுத்தொண்டன் கிட்ட பிள்ளைக்கறி கேட்டுச்சே. முஸ்லீம்களோட சாமியப் பார்த்தியா யார்கிட்டேயாவது அரை பிளேட் பிரியாணியாவது கேட்டதாக கேள்விப்பட்டிருக்கிறியா?

வெள்: இல்லைங்க. இனிமே இந்த சாமிகள் கும்பிடலீங்க.

மாயே: கடைவீதியில் இப்படியே போய் கிழக்கே திரும்பின உடனே ஒரு கோவில் இருக்கே — அங்கே எதுக்குப் போன?

வெள்: சும்ம்மா அப்படியே ...

மாயே: போனியா?

வெள்: போனேன்.

மாயே: எதுக்குப்போனே? அங்கே போய் விழுந்து கும்பிட்டியில.

வெள்: ஆமாங்க.

மாயே: கோவிலுக்கு எதுக்குப் போறது? பணம் இருக்கிறவக போக வேண்டியதுதான். இல்லாதவக எதுக்குப் போகணும்? செய்த பாவங்களைப் போக்கிக்கொள்றதுக்காகத்தான் கோவிலுக்குப் போகிறோம்னு சொல்லிக்கிடுறாக. அப்படியினா நீ என்ன பாவம் செய்த கோவிலுக்குப்போக. நீ ஒரு பாவமும் செய்யாதவன்தானே. பணக்காரங்க எத்தனையோ ஏழைகளை மோசம் செய்து பணத்தை சேர்க்கிறாக— அவக அந்த பாவத்தை தொலைக்க ஆயிரக்கணக்கா செலவு செய்துக்கிட்டுப் போறாக. வெள்ளை

நீயும் துணிஞ்சு ஒரு பாவம் செய். அத தொலைக்க ஆயிரம் ரூபாய் செலவு செய்யப் போ. கோவில் ஒரு விபசார விடுதியினு உலக உத்தமர் காந்தியாரே சொல்லியிருக்காரு போ— போய் வேலைகளைக் கவனி.

(வெள்ளை போய் திரும்பி வந்து)

வெள்: *எசமான்! உங்களைப் பார்க்க மார்வாடி வர்ரான்.*

மாயே: *நம்ம கடன் கொடுக்கிறவகதான். வாங்கிறதில்லையே. சிரிச்சிக்கிட்டு வந்தான்னா சிரிச்சிக்கிட்டே வரச்சொல்லு, முகத்தை சுளிச்சிக்கிட்டு வந்தான்னா சுளிக்காம வரச்சொல்லு. (பரமதயாளு சேட் வருகிறான்)*

பர: *ஜெமீன்தார்ஜி! நமஸ்காரம்ஜி. நிம்மல் பேரு பரம தயாளு சேட்!*

மாயே: வெள்ளை. நேத்து மூணாவது தெருவில் பாம்பு கடிச்சு யாரோ செத்துட்டாகன்னு சொன்னியே--அது என்ன பாம்பு *கடிச்சது?*

வெள்: நல்லபாம்புங்க.

மாயே: இவன் பேரு பரம தயாளு. பாம்பாவது கடிச்சாத் தான் விஷம். இவனைக் கண்டாலே விஷம்டா. மில் தொழிலாளிகளுக்கு பணம் தாரோம்ல. அதை கொடுக்கக் கூடாதுன்னு சொல்ல வந்திருக்கான்.

பர: ஆமாஜி அவங்களுக்கு நீர் உதவி செய்யாம இருந்தா உமக்கு லட்ச ரூபாய் சும்மா தர்ரான்.

மாயே: அந்த ரூபாயை அவர்களுக்கு கொடுப்பதுதானே.

பர: அவர்களுக்கு எல்வளவுதான் கொடுக்கிறது?

மாயே: தேவைக்குத் தகுந்தபடி கொடுத்தால் என்ன? சக்தியை உனக்குத்தானே செலவு செய்து உழைத்துத் தருகிறார்கள். ஏழைகளின் கண்ணீர் உனக்குப் பன்னீர். அவர்களை வஞ்சித்தால் இரண்டாயிரம் ஈட்டிகள் சேர்ந்து உன் நெஞ்சில் குத்தும் என்பதை மறவாதே. வெள்ளை — வஞ்சனையின் உருவத்தைப் பார்த்தாயா. இவன் கட்டி இருக்கிற துணி ஒன்னே முக்கால் ரூபாய்னா —வேஷ்டி ஒரு ரூபாய்தான். பாக்கி முக்கால் ரூபாய் எங்கேயினு கேட்பியே! அது இவன்தான். பணத்தை பெட்டியிலே வச்சு பாதுகாக்கிறான்.

வெள்: சுத்தக் கருமி.

மாயே: இவன் தாண்டா கோபுரத்துக்கு தங்க முலாம் பூசினவன் போன பெரிய கிருத்திகைக்கு திருவண்ணாமலையில் எட்டுமனு சூடன் வாங்கி கொளுத்தினான், மறுநாள் ஒரு தொழிலாளி வீட்டையே கொளுத்தினான். முதல் நாள் தீப தரிசனம், அப்படியே மறுநாள் இந்த தரிசனம் போகச் சொல், (பரமதயாளுவை வெளியே அனுப்பிவிட்டு வந்த வெள்ளை)

வெள்: யாரோ கோதண்டமாம் — உங்களை பார்க்க வந்திருக்கிறாருங்க

மாயே: என்னடா—ரெண்டு வரி கூட படிக்கவிடமாட்டாங்க போலே இருக்கே, யார் வந்திருக்கிறது?

வெள்: கோதண்டமாம்.

மாயே*:* வரச் சொல்,

கோ*: (வந்து)* வணக்கம் ஐயா. என் பெயர் கோதண்டம்.

மாயே*:* கோதண்டமா- நேரத்தை வீணாக்காமல் விஷயத்தை சொல்

கோ: எங்கள் கழக ஆண்டு விழா நடைபெறப்போகிறது. தேர்தல் களத்திலே பங்கு கொண்டு மக்களுக்கு தொண்டாற்றப் போகிறோம். தாங்கள் வந்திருந்து தலைமை வகித்து வாழ்த்துக் கூறுமாறு வேண்டுகிறோம்.

மாயே*:* ஏன் என்னைப்போல இளிச்சவாயன் வேறு யாரும் கிடையாது என்று என்னை கூப்பிட வந்தாயா?

கோ*:* தாங்களும் மக்களுக்கு நன்மைகள் செய்து வருவதை கேள்விப்பட்டே வந்தேன். நாங்களும் எங்களால் இயன்றளவு செய்து வருகிறோம். தாங்கள் மறுக்கக் கூடாது.

மா: என்ன கழகம்.

கோ*:* புத்துலகக் கழகம்.

மா: கோவிலில் மாங்காய் மாலையை திருடிக்கொண்டு ஓடினானே துரைராஜ்— அவன் உங்கள் கழகத்திலே தானே பணிபுரிந்து வந்தான் ?

கோ*:* ஆமாம். துரைராஜைத் தங்களுக்குத் தெரியுமா?

மா: தெரியும். உனக்கு அவன் சங்கதி தெரியுமா? அவன் ஒரு இடத்தில் கொள்ளையடித்திருக்கிறான்.

கோ: எங்கள் துரைராஜை அப்படியெல்லாம் கூறாதீர்கள். அப்படிப்பட்டவனல்ல எங்கள் துரைராஜ். ஒருக்காலும் தவறு செய்யவே மாட்டான்.

மா: துரைராஜை பேசினால் உனக்கு ஏன் கோபம் வருகிறது.

கோ: துரைராஜைப்பற்றி உயிருக்குயிரான நண்பன் எனக்கு தெரியாதா. அவனது குணம் அவன் ஒருக்காலும் அம்மாதிரியான காரியம் செய்திருக்க மாட்டான்.

மா: நீயும் அந்த திருடனுடைய நண்பன் தானா?

கோ: ஜமீன்தாரரே! நீங்கள் பணம் படைத்தவராக இருக்கலாம் உம்முடைய பணம் என்னையும் எங்கள் கழகத்தையும் ஒன்றும் செய்துவிடமுடியாது. நீர் எங்கள் துரைராஜைப்பற்றி கேவலமாகப் பேசினால் மரியாதை கெட்டுவிடும்.

அவன் திருடியிராவிட்டால் ஏன் ஊரைவிட்டு ஓடுகிறான்? ஓடியிருக்கவேண்டியதில்லையே. அதன் பின் அழகூர் மடத்திலே லட்சக்கணக்கான பணத்தையும் ஆபரணத்தையும் கொள்ளையிட்டு பெரிய ஜமீன்தாரராக ஆகிவிட்டான்.

கோ: தங்கள் குரல்கூட என் நண்பன் துரைராஜ் குரல் போலவே இருக்கிறது.

மா: துரைராஜே பேசும்போது எப்படி இருக்கும் கோதண்டம்?

கோ: துரைராஜா ! என் நண்பன் துரைராஜா! துரைராஜ்!
(தழுவிக் கொள்கின்றனர்)

மா: கோதண்டம் சூழ்ச்சிக்காரர்களிடம் சிக்கிக் கொண்டேன். கள்வனாக்கப்பட்டேன். அதிலிருந்து தப்பி ஓடினேன். அழகூர் மடாதிபதியை ஒழிக்கும் வேலை எனக்கு வலிய வந்தது. அதை பயன்படுத்தி அங்கிருந்த பொருள்களோடு மாயேந்திரன் என்ற இந்தக் கோலத்தோடு எப்படியும் நம் பணிகளை நிறைவேற்ற வேண்டுமென்று மறுபடியும் இங்கு வந்தேன். வந்த நாளிலிருந்து உன்னை சந்திக்கவேண்டுமென்று முயன்று வந்தேன். சந்தர்ப்பம் சரியில்லாமலிருந்தது. பணத்6தைக் கொண்டு நம் திட்டங்களை எளிதில் நிறைவேற்றி விடலாம். உனக்கு தெரியும் நான்செய்து வரும் காரியங்கள் எல்லாம், சாம்பசிவம் எப்படி இருக்கிறான்?

தோ: சுகமாகத்தானிருக்கிறான். ஆனால் சிங்கார வேலர்.

மா: சிங்காரவேலா ஏழையானது எனக்குத் தெரியும். ஆனால் நான் தான் துரைராஜ் என்பது யாருக்கும் தெரிய வேண்டாம் - நம் லட்சியங்கள் நிறைவேறும் வரை என்னை தெரிந்து கொள்ளாதது போலவே எல்லோரிடமும் பேசவேண்டும். சிங்கார வேலரை வரச்சொல்லியிருக்கிறேன். அவர் வருவார் நான் பார்த்துக்கொள்கிறேன்.

கோ: அவர் மகள் சந்திரா நல்லூர் ஜெமீன்தாரருக்கு மணமுடிக்கப்பட்டு விதவையாகி விட்டாள்.

மா: நான் கேள்விப்பட்டேன். சந்திராவுக்கு சாம்பசிவத்தை மறுமணம் செய்து வைக்க வேண்டும். அதைத்தான் சிங்காரவேலரிடம் பேசப்போகிறேன், சரி நீ போய்வா அடிக்கடி வந்து சந்தித்து விட்டுப்போ.

கோ: வருகிறேன் துரைராஜ்.

மா: போய்வா. *(கோதண்டன் போனபின்)*

வெள்ளை: எசமான். சிங்காரவேல் முதலியார் வத்திருக்கிறாருங்க.

மா: வரச்சொல்.

சிங்: *(வந்து)* நமஸ்காரம் !

மா: வாரும் சிங்காரவேலரே வணக்கம்.

சிங்: அழைத்ததாக கேள்விப்பட்டேன். ஓடோடி வந்தேன்.

மா: டேய்! எவ்வளவு பெரிய ஆள் வந்திருக்காரு. சேர் கொண்டாந்து போடுடா. *(கொண்டு வருகிறான்)* டேய் இங்கேபோடு. காலை எவ்வளவு நேரம் கீழே வைத்திருப்பது? *(காலைத்தூக்கி நாற்காலியில் வைத்தபடி)* தங்களைப் பற்றி நிறைய கேள்விப்பட்டிருக்கிறேன். பெரிய பக்திமானாம்.

சிங்: உண்மைதான் இந்த ஊர் கோயில் தர்மகர்த்தா.

மா: தாங்கள் தானாம். ஆனால் தங்கள் பக்தியும் பிராமண சேவையும் தங்களுக்கு ஒரு பயனும் தரக்காணோமே. தங்கள் மகள் சந்திரா-பாவம் தாலி அறுத்துவிட்டாள்...

சிங்: ஆமாம்! தலைவிதி.

மா: *அந்தத் தலைவிதியைக்கூட உமது பக்தியும் பிராமண சேவையும் போக்க முடியவில்லை. பிறகு என்ன பிரயோஜனம்?*

சிங்: *இதைப்போலதான் பேசுவான் துரைராஜ்.*

மா: *அவனைத்தான் அடித்து துரத்தியாச்சே.*

சிங்: *ஜெமீன்தார்வாளுக்கு அவனைத் தெரியுமோ?*

மா: *ஏன் தெரியாது. துரைராஜ் இப்போது உம்மைப்பார்த்தால்......*

சிங்: *காரி உமிழ்வான்.*

மா: *துரைராஜ் அப்படிப்பட்டவனல்ல. உம்மிடம் பரிதாபம் காட்டுவான்.*

சிங்: *துரைராஜ் பேசுவது போலவே இருக்கிறது.*

மா: *இருக்கட்டும் நானேதான் துரைராஜ் என்று வைத்துக் கொள்ளுங்களேன்.*

சிங்: *என்ன?*

மா: *ஒப்புக்கு!*

வெள்ளை: *(வந்து) எசமான். வாஞ்சிநாதர் சாஸ்திரி வந்திருக்கிறார்.*

சிங்: வாஞ்சிநாத சாஸ்திரியா இங்கு எதற்கு வந்தான்?

மா: பார்ப்பணனை நம்பியிருந்தீரே. பாரும் அவன் புரட்டை வாஞ்சிநாதரின் வஞ்சகம் எந்த அளவுக்குச் செல்கிறது என்பதைக் காட்டுகிறேன். அதோ அந்த திரைக்குப் பின்புறம் சந்தடி செய்யாமல் இருந்துகொண்டு நாங்கள் பேசுவதைக் கேளும். *(போய் மறைந்து கொள்கிறார் சிங்காரவேலர்)*

மா: *(வெள்ளையிடம்)* வரச்சொல்.

வாஞ்: *(சிரித்தபடி)* நமஸ்காரம் ஜெமீன் தார்வாள்! ஆத்துல குளிச்சுண்டிருந்தேன்

வெள்: எசமான்! பொய்! பொய்! வீட்டுலதான் குளிச்சுக்கிட்டிருந்தார்.

வாஞ்: ஜெமீன்தார்வாள் கூப்பிட்டதா வந்து சொன்னான் ஓடி வந்தேன்;

மா: என்ன வாஞ்சிநாதரே! வாரம் இரண்டாகிறது. நம்ம விஷயத்தை மறுந்துட்டீரே,

வாஞ்: எதைச் சொல்றேள் ஜமீன்தார்வாள்.

மா: சந்திரா விஷயம் தானைய்யா.நான் குறி வைத்தால் தப்பக்கூடாது

வாஞ்: சற்று சிரமமாக இருக்கிறது.

(உள்ளேயிருந்து சிங்காரவேலர் உறுமுகிறார்)

வாஞ்: *என்ன சப்தம்?*

மா: ராஜபாளையத்துலேயிருந்து ஒன்னு கொண்டாந்திருக்கு அது !

வாஞ்: *ஓஹோ!*

மா: என்னய்யா இழுத்துப் பேசுகிறீர் இரண்டு கைகளையும் நீட்டி ரூபாய் இரண்டாயிரம் வாங்கியிருக்கிறீர். நானும் சிங்காரவேலர் இல்லை ஏமாறுவதற்கு.

வாஞ்: *நான் மறுப்பேனா?*

மா: என்னய்யா - என்னைவிட அந்த சிங்காரமுதலி மேலானவனா?

வா: கிடக்கிறான் தள்ளுங்கோ! நேக்கு அவனோட தயவு எதுக்கு?

மாயே: சிங்காரமுதலிதான் உம்ம பேச்சைத் தட்டி நடப் பதே கிடையாதாமே.

வா: ஆமாம் -- அப்படித்தான்இருந்தான். கோயில் கட்டுடான்னேன். கட்டினான். கும்பாபிஷேகம் செய்டான்னேன். செய்தான்.

மாயே: ரசவாதம் செய்ததுகூட நீர் சொல்லித்தானாம்.

வா: யார் சொன்னா அப்படி இழுத்து வாரும் இப்படி. நான் ஜோட்டாலே அடிச்சுடுவேன். நான் தலைப்பாடா அடிச்சுண்டேன். வேண்டாம்டா-போதும் உனக்கிருக்கிற சொத்து. ரசவாதம் எதுக்குன்னா--என் பேச்சைக் கேட்டானா? தன் சொத்து கோயில் சொத்து பூறாவும் பறிகொடுத்தான். நல்லவேளையாக நல்லூர் சம்பந்தம் ஏற்பட்டது. இல்லையானா நாறிப் போயிருக்கும் அவனோட வாழ்வு!

மாயே: அதுவும் தங்கவில்லையே பாவம். தாலி அறுத்து விட்டாளே சந்திரா.

வா: அறாமல் என்ன ஆகும்? ஆயிரத்தெட்டு ரோகம் பிடிச்சவன்.

மாயே: அப்படிப்பட்டவன் என்று தெரிந்தும் சந்திராவைக் கொடுக்கச் சொன்னீரே!

வா: நான் சொன்னா இவன் புத்தி எங்கே போச்சுன்னேன்.

சிங்: (அலறியபடி) ஆ! அடப்பாவி படுமோசக்காரா?(ஓடிவந்து வாஞ்சிநாதர் குரவளையைப் பிடித்துக் கொன்றுவிடுகிறார். மாயேந்திரன் தடுத்துக் கூறியும் பயனில்லை.)

மா: என்னய்யா கொன்றுவிட்டீர்

சிங்: (சுய நினைவு வந்து) ஆ! அய்யோ! கொலைசெய்து விட்டேனே. ஐயா! (மாயேந்திரன் காலில் விழுந்து) என்னை தாங்கள் தான் காப்பாற்ற வேண்டும்.

மா: கவலைப்படாதீர்.புரோகிதரைக் கொன்றுவிட்டாலும் நீர் கொலைகாரனாக வேண்டாம். திகில் வேண்டாம். நான்

காப்பாற்றுகிறேன் உம்மை. முதலில் புரோகிதர் வீட்டுக்குப்போய் சில உண்மைகளைக் காட்டுகிறேன். வாரும் என்னுடன்.

—★—

[வாஞ்சிநாதர் வீட்டிலுள்ள நகைகளை காண்பிக்கிறார் மாயேந்திரன் சிங்காரவேலருக்கு]

மா: பார் துரைராஜ் களவாடிக்கொண்டு ஓடிவிட்டதாக போலீஸில் புகார் செய்தீரே- அந்த மாங்காய் மாலை.

சிங்: ஒரு குற்றமும் செய்தறியாத துரைராஜின்மேல் அநியாயமாக பழிசுமத்திவிட்டேனே. முதலில் துரைராஜ்காலில் விழுந்து மன்னிப்பு கேட்கவேண்டும். ஆ! திருவாபரணங்கள். ரசவாதத்தின்போது களவுபோனவைகள்.

மா: மாங்காய் மாலை கிடைக்குமென்றுதான் அழைத்து வந்தேன். இவைகளும் இங்குதான் இருந்திருக்கின்றன. ஆனால் இனியும் வாஞ்சிநாதரைப் போன்ற வஞ்சகர்கள் வலையில் சிக்காமல் வாழுங்கள்.

சிங்: இனி நாள் வஞ்சகத்துக்கு அடிமையாக மாட்டேன். வைதீகத்துக்கு இடமளிக்கமாட்டேன் பார்ப்பனியத்தைப் பாதுகாக்க மாட்டேன். பகுத்தறிவு பரப்புவேன். ஜாதிவேதம் ஒழியட்டும். மூட நம்பிக்கை ஒழியட்டும் ! புரட்டர்களின் கொட்டம் அழியட்டும்.

மா: செல்வந்தான் சீரழிக்கும்.

சிங்: இனி உங்கள் அடிமை நான். என்னை தாங்கள் சீட னாக ஏற்றுக்கொள்ளவேண்டும்.

மா: சீடர்கள் சூழ இருந்தேன் ஒரு காலத்தில் மடத்தில். ஆனால் உங்களுடைய மாறுதல் துரைராஜுக்கு மகத்தான வெற்றி! நீங்கள் திருந்தி விட்டதை வாயளவில் நான் நம்பத்தயாராயில்லை. அதற்கு ஒரு பரீட்க்ஷை செய்து பார்க்கபோகிறேன்.

சிங்: என்ன வேண்டுமானாலும் செய்கிறேன்.

மா: சாம்பசிவத்துக்கு தங்கள் மகள் சந்திராவை திருமணம் செய்துவைக்க தாங்கள் சம்மதிக்க வேண்டும்.

சிங்: ஊர் ஒப்புக்கொள்ளவேண்டுமே.

மா: நெற்றியில் விபூதி பூசினால் சரி - பக்தனென்றும் ஊர் நம்பிவிடுமோ? வாஞ்சிநாதரைப் போல் எத்தனை பேர் இருக்கிறார்கள்?

சிங்: ஆமாம்.

மா: தாங்கள் புத்துலகக் கழகத்தில் சேர்ந்து முதலில் கல்யாணத்தை நடத்த ஏற்பாடு செய்புங்கள்.

சிங்: தங்கள் விருப்பம்போலவே செய்கிறேன்.

—★—

[மாயேந்திரன்போக்கை சந்தேகித்து வரதன் தனிமையில் நின்று சிந்திக்கிறான்]

வீர: பிளவு ஏற்படுத்தவோ வஞ்சக வலையில் சிக்க வைக்கவோ முடியவில்லை. இவனை ஒருகை பார்க்கலாமென்றால் தேர்தலில் எங்கு நிற்பது என்று இதுவரை தெரியவில்லை. துரைராஜ் செய்தை போலவே இருக்கிறது இவன் செய்வதும். பிறாமணாள் கூடாது என்கிறான். அவனுடைய சிஷ்யனாக இருப்பானோ இவன். பேச்சையும் நடையையும் பார்த்தால் அவனன்றே தெரிகிறது. இதை கவனிக்கவேண்டும். துரைராஜாகவே இருந்தால் தொலைக்க வேண்டும் மாயேந்திரா!- நீதான் துரைராஜா? தரைராஜ் நி தான் மாயேந்திரன். உன் மர்மத்தைக்காண இதோ வருகிறேன்.

[புத்துலக கழகத்தில் மாயேந்திரன் முன்னிலையில் சந்திரா -- சாம்பசிவம் திருமணம் நடைபெறுகிறது]

மா: நான் வருகிறேன். வணக்கம் தெரிவித்துக்கொள்கிறேன்.

[மாயேந்திரனிடம் வரதன் வருகிறான்]

வீர: குட்மார்னிங் ஜமீன்தார்வாள்! குட்மார்னிங்! ஜமீன்தார் புகழ் ஊரெல்லாம் பரவுகிறது,

மா: ஜமீன்தாரர்களை புகழ்வதுதான் உன் தொழிலா? நீயார்?

வீர: கலியுக ஜமீன்தாரரை காண வந்த நான் வரதன். என்ன துரைராஜ் -- என்னை தெரியாதது போல் பேசுகிறாயே. உன் பெயரைத்தான் மாற்றிக் கொண்டாயென்றாலும் உருவமும் குரலும் நீ பழைய துரைராஜ் என்பதை கூறுகின்றனவே

மா: துரைராஜா? என்ன உளறுகிறாய்? எங்கு வந்தாய்?

வீர: ஆஹா! நடிப்பு பிரமாதம்! நீ ஊராரை ஏமாற்றலாம் துரைராஜ். ஆனால் உன்னுடனேயே நெடுநாள் பழகிய என்னை ஏமாற்ற முடியது

மா: என்னடா பிதற்றுகிருய்?

வீர: பிதற்றுவது நானல்ல கோவிலில் அம்மன் மாங்காய் மாலையை திருடிக்கொண்டோடிய துரைராஜ் நீ என்பது எனக்குத் தெரியும. அழகூர் மடத்திலே நீ கொள்ளையடித்து வந்து மாயேந்திரன் என்ற பெயரிலே இருப்பது எனக்குத் தெரியும், போலீஸார் கண்களுக்கு தப்பி இந்த கோலத்திலிருக்கும் வள்ளல் என்று தெரிந்தே வந்தேன். சரி - எனக்கு அவசரமாக ஒரு ப்பைவ்தௌஸன் ருப்பீஸ் வேண்டும் கொடு. நீ எப்படியோ போ.

மா: டேய் வரதா! நான் துரைராஜ் என்பது தெரிந்தும், பாரபபனீயத்தை இந்த நாட்டைவிட்டு அறவேஒழிக்க அல்லும் பகலும் பாடுபடுகிறவன் என்று தெரிந்திருந்தும் என்னை மிரட்டி பணம் கேட்க வந்த உன் தைரியத்தைப் பாராட்டுகிறேன். உனக்கு-உன் வர்க்கத்தினருக்கும் காலணு கூட என் கையிலிருந்து கிடைக்குமென்பதை மறந்துவிடு உனக்குத் தெரிந்ததை செய்துகொள். முதலில் இவ்விடத்தை விட்டு மரியாதையாக வெளியே போய்விடு.

வீர: என்ன துரைராஜ் மிரட்டுகிறாய் நீ செய்திருக்கிற கொள்ளைக்கு போலீஸில் உன்னை பிடித்துக் கொடுத்தால் உனக்கு ஆயுள் தண்டனை கிடைக்குமென்பதை மறந்து போகிறாயே. நீ எப்படியோ இரு. ப்பைவ் தௌஸன் மட்டும் கொடு.

***மா**: உன்னைப்போல் கோழையல்ல நான். உயிருக்குப் பயப்பட. மீண்டும் சொல்கிறேன்; மரியாதையாக ஓடிவிடு.*

***வீர**: சரி.....டு தௌசன்ட்டாவது கொடு.*

***மா**: ஊ...ஹூம்.நடக்காது.*

***வீர**: கவனித்துக் கொள்கிறேன் உன்னை. (போகிறான்) (வெளியே சென்றிருந்த வெள்ளை வருகிறான்)*

மர- வெள்ளை! இதுவரை நீ என்னுடன் இருந்து உதவி புரிந்ததற்காக உன்னை நான் என்றும் மறக்கமாட்டேன். உனக்காக நான் பேங்கில் உள்ள பணத்தில் ஐயாய ரத்தை உன் பேருக்கு கொடுத்துவிடும்படி இதில் எழுதியிருக்கிறேன். பெற்றுக்கொண்டு சுகமாக வாழ். போய் வா !

***வா**: -கடைசிவரை நான் தங்களிடமே இருந்துடுறேன் எசமான்.*

***மா**: வேண்டாம் என் வேலைகள் முடிந்துவிட்டன. நீ போய் வா. போகும்போது அப்படியே சாம்பசிவத்தை வரச்சொல்லிவிட்டுப் போ. (வணங்கிவிட்டு செல்கிறான்)*

[மாயேந்திரன் உட்கார்ந்திருக்கிறான். சாம்பசிவம் வருகிறான்.]

***சாம்**: வணக்கம்! தாங்கள் அழைத்ததாக வேலைக்காரன் வந்து கூறினான்.*

மா: ஆமாம். ஜாலியாக இருவரும் பேசிக்கொண்டு இருந்தீர்களாம், வந்து சொன்னான். சாம்பசிவம் உன்னிடம் சில முக்கிய விஷயங்கள் குறித்து பேசவே உன்னை அழைத்து வர ஆள் அனுப்பினேன்.

சாம்: முக்கியமான விஷயமா? என்ன அது?

மா: சாம்பசிவம்! புத்துலகக் கழகம் முன்னை விட இப்போது எப்படி இயங்கிவருகிறது.

சாம்: நல்லமுறையில் மக்களுக்கு சேவை செய்து வருகிறது.

மா: மகிழ்ச்சி நீ கடைசிவரை உன் மூச்சு உள்ளளவும் நாட்டு மக்களுக்கு பகுத்தறிவுப் பிரச்சாரம் செய்து நாட்டை சீர்திருத்தம் செய்யவேண்டும். அதற்கு உறுதி மொழி தரவேண்டும் நீ

சாம்: தாங்கள் ஏன் இப்படிக் கேட்கிறீர்கள்?

மா: துரைராஜின் வேண்டுகோள் இதுதான்?

சாம்: துரைராஜின் வேண்டுகோளா? அவர் எங்கிருக்கிறார்?

மா: இங்குதான் ஏன் தெரியவில்லையா?

சாம்: ஆம்! இதே குரல்தான்;

மா: சாம்பசிவம் ! நான்தானப்பா துரைராஜ் !

சாம்:- துரைராஜ்! (தழுவிக்கொள்கின்றனர்) நீயா துரைராஜ் இத்தனை காலமும் மாயேந்திரனாக மாறியிருந்தாய்?

துரைராஜ் எனக்காக என் வாழ்வுக்காக இவ்வளவு உதவிகள் செய்தது நீயாகத்தான் இருக்கமுடியுமென்பதை என்னால் புரிந்துகொள்ள முடியவில்லையே! துரைராஜ், இவ்வளவு செல்வமும் உனக்கு எப்படிக் கிடைத்தது?

மா: *சிங்காரவேலரால் கள்வன் என்று குற்றம் சுமத்தப்பட்ட நான் பல ஊர்சுற்றி அலைந்தேன். அழகூர் மடாதிபதியை ஒழிக்கவேண்டுமென்று அவரது சீடர்கள் இருவர் என்னை வேண்டினார்கள். அதைபயன்படுத்தி அங்கிருந்த செல் வங்களை கொள்ளையடித்துவிட்டு வந்துவிட்டேன். இந்த விபரங்கள் அனைத்தும் வரதனுக்கு எப்படியோ தெரிந்து விட்டது. என்னிடம் மிரட்டி பணம் கேட்டான். நான் தர மறுத்துவிட்டேன். போலீஸில் என்னை காட்டிக் கொடுத்துவிடுவான் என்று நிச்சயமாகத் தெரிகிறது. அப்படி நான் பிடிபட்டு சிறைக்குச் சென்றால் நமது கழகத்திற்கு பெருத்த அவமானம் ஏற்படும். ஆகவே என் வாழ்விற்கு நானே முடிவு தேடிக் கொண்டேன். (தடு மாறுகிறான்)*

சாம்: *முடிவு தேடிக் கொண்டாயா? ஏன்? துரைராஜ் ஏன் ஒருமாதிரியாக இருக்கிறாய்.*

மா: *என்வேலை முடிந்தது. விஷம் வேலைசெய்ய ஆரம்பித்து விட்டது.*

சாம்: *விஷம் சாப்பிட்டு விட்டாயா? துரைராஜ்! என்ன, காரியம் செய்து விட்டாய்?*

மா: *கடைசி நேரத்தில் உன்னிடம் எல்லாவற்றையும் கூறி விட வேண்டுமென்றுதான் உன்னை அழைத்து வரச் சொன்னேன். நண்பா ! கடைசி தடவையாக உன் கையால் கொஞ்சம் தண்ணீர் கொடு.*

(தண்ணீர் கொண்டுவந்து தருகிறான்)

மா: சாம்பசிவம்! நீயும் தமிழன்! நானும் தமிழன் ! நமக்குள் எந்தவிதமாக ஒரு நீங்காத நட்பு ஏற்பட்டதோ அதேபோல் தமிழர்கள் எல்லோரும் ஒற்றுமையுடன் வாழ நேரும் வரை புத்துலகக் கழகத்தின் வேலை தொடர்ந்து நடைபெற வேண்டும். என்னிடமுள்ள சொத்துக்கள் முழுவதயும் பகுத்தறிவுப் பிரசாரத்திற்கே பயன் படுத்து, இதோ இங்கு கிடக்கும் வாஞ்சிநாதர் பிணம் நாளை குளத்தில் மிதக்கும். நான் இங்கு பிணமாகிக் கிடப்பேன். வாஞ்சிநாதரைக் கொன்றது நான் தான் என்றும் நான்தான் துரைராஜ் என்றும் போலீசாருக்கு கடிதம் எழுதியிருக்கிறேன், இதைக் கொடுத்து விடு, தமிழன் தமிழனுக்காகவே வாழ வேண்டுமென்ற உணர்ச்சியை ஏற்படுத்து

சாம்: துரைராஜ் நீ சாகக்கூடாது. உத்தமனே நீ சாகக்கூடாது.

மா: விஷம் விட்டு விடுமா. கவலைப்படாதே சாம்பசிவம். நான் ஒருவன் போனால் என்ன. எனக்குப்பின் என்னை விட மேலாக உழைக்க எத்தனையோ பேர் இருக்கிறார்கள். எனக்கு விடை கொடு... வருகிறேன். வணக்கம்.

(சாம்பசிவத்தின் அணைப்பிலிருந்தவாறு உயிர் பிரிகிறது)

சாம்: துரைராஜ்! துரைராஜ் (அழுகிறான்) இப்போதே உறுதி எடுத்துக்கொள்கிறேன். மக்களை வஞ்சகர்களிடம் சிக்க வைத்து, அவர்தம் மதியை மாய்த்து, சமூகத்தை சீரழிக்கும் பார்ப்பனீயத்தை ஒழிக்கும் பணியாற்றுவேன்.

நீ துவக்கி வைத்த வேலையைத் தொடர்ந்து செய்து வருவேன். இது உறுதி!

(துரைராஜ் கால்களைத்தொட்டு கண்களில் ஒத்திக் கொள்கிறான்)

★ ★ ★

Printed at Repro India Ltd.